HÌNH TƯỢNG NGƯỜI PHỤ NỮ TRONG PHẬT GIÁO

HÌNH TƯỢNG NGƯỜI PHỤ NỮ TRONG PHẬT GIÁO

KHẢ TRIẾT *biên soạn*

NGUYỄN MINH TIẾN *hiệu đính*

ISBN-13: 978-1-0907-4703-7
ISBN-10: 1-0907-4703-9

KHẢ TRIẾT *biên soạn*
NGUYỄN MINH TIẾN *hiệu đính*

HÌNH TƯỢNG NGƯỜI PHỤ NỮ TRONG PHẬT GIÁO

NHÀ XUẤT BẢN LIÊN PHẬT HỘI
UNITED BUDDHIST PUBLISHER (UBP)

LỜI NÓI ĐẦU

Tập sách này sưu tập các mẩu chuyện về những tấm gương sáng chói trong nữ giới, được ghi chép trong kinh điển cũng như truyền tụng trong đạo Phật, được những người Phật tử nối tiếp kể cho nhau nghe qua nhiều thế hệ. Thông qua những câu chuyện này, chúng tôi hy vọng sẽ giúp xóa bỏ được những ấn tượng hay định kiến sai lầm về nữ giới.

Thật ra, có thể nói đức Phật *Thích-ca Mâu-ni* chính là nhà cách mạng tư tưởng sớm nhất trong lịch sử nhân loại. Vào thời đại mà xã hội Ấn Độ cổ xưa còn chìm đắm trong sự phân biệt chủng tộc hết sức gay gắt, ngài là người đầu tiên đã tuyên bố xóa bỏ mọi giai cấp. Trong Tăng đoàn thời ấy, tất cả mọi người đều được đối xử bình đẳng như nhau, cho dù có xuất thân từ hoàng tộc hay từ giai cấp hèn hạ nhất cũng đều không phân biệt. Đức Phật đã thâu nhận vào Tăng đoàn cả những người xuất thân hạ tiện, hay thậm chí đã từng làm những việc xấu xa. Tuy nhiên, sau khi đã bước chân vào Tăng đoàn thì tất cả đều trở thành những bậc thoát tục, có nhân cách cao quý, nhờ vào sự nghiêm trì giới luật và tu tập đúng Chánh pháp.

Quan điểm của đức Phật về vấn đề nữ giới cũng hoàn toàn khác biệt với xã hội thời đó. Ngài không hề xem nhẹ nữ giới, mà luôn có một nhận thức đánh giá công bằng dựa trên phẩm hạnh và công phu tu tập của mỗi người, bất kể người đó là nam hay nữ. Trong kinh điển, ngài rất nhiều lần tán thán, ngợi khen những người nữ có sự tinh cần tu tập, và cũng xác quyết rằng họ sẽ đạt được những thành tựu không hề thua kém so với nam giới.

Nhiều người dựa vào việc đức Phật từng do dự trong việc cho phép nữ giới xuất gia, cũng như đã chế định Bát kỉnh pháp dành cho Ni giới, để cho rằng có sự phân biệt nam nữ trong đạo Phật. Điều đó hoàn toàn không đúng. Đức Phật quả thật có nêu ra những khiếm khuyết, bất tiện của người mang thân nữ, nhưng đó là những sự thật khách quan, và việc nêu ra là nhằm sách tấn cũng như tạo điều kiện thuận tiện hơn cho nữ giới trong tu tập, chứ không hề có nghĩa là xem nhẹ nữ giới. Cũng giống như ngày nay, tuy chúng ta ai cũng tán thành quan điểm nam nữ bình đẳng, nhưng điều đó không có nghĩa là xóa bỏ mọi khác biệt giữa nam và nữ. Nữ giới là phái yếu, đó là sự thật; nữ giới có hoạt động tâm sinh lý khác với nam giới, đó cũng là sự thật. Chúng ta vẫn cần nhận ra những khác biệt giữa nam và nữ mới có thể có sự ứng xử thích hợp và công bằng trong mọi quan hệ xã hội.

Trong sự tu tập cũng thế. Đức Phật nhiều lần nêu ra những khác biệt của nữ giới chỉ là nhằm tạo điều kiện tu tập thích hợp hơn cho nữ giới. Việc ngài do dự không muốn cho nữ giới xuất gia có những lý do riêng chứ không hề có nghĩa là ngài xem nhẹ nữ giới. Vì xét rằng người nữ tại gia vẫn có thể tu tập theo Chánh pháp trong một chừng mực nhất định, nên ngài không khuyến khích nữ giới xuất gia, bởi cái giá phải trả cho sự tham gia của nữ giới vào Tăng đoàn là một môi trường bất lợi hơn cho sự đoạn trừ sắc dục của chư tăng. Khi hai giới nam nữ cùng tu tập trong một môi trường tương tự, gần gũi nhau, điều đó sẽ góp phần tạo ra những điều kiện dễ dàng hơn cho sự sa ngã của những người mới bước chân vào đạo. Chính vì vậy mà đức Phật sau khi đồng ý cho nữ giới xuất gia đã phải chế định Bát kỉnh pháp nhằm hóa giải phần nào điểm bất lợi nêu trên...

Tuy vậy, sự quan tâm giáo hóa của đức Phật đối với chư tăng ni là bình đẳng như nhau, và sự thành tựu đạo hạnh của những tấm gương nữ giới được ghi trong sách này là những minh chứng hùng hồn nhất. Vì thế, chúng tôi mong rằng tập sách này sẽ có thể góp phần làm thay đổi hoặc xóa bỏ đi những nhận thức sai lầm về nữ giới, nhất là trong môi trường tu tập theo Chánh pháp.

Trong quá trình biên soạn cũng như hiệu chỉnh, mặc dù đã hết sức thận trọng và cố gắng, nhiều khi phải đối chiếu cả với những bản kinh văn gốc trong Hán tạng để đảm bảo tính chính xác cho mọi chi tiết trong chuyện kể, nhưng chúng tôi tự biết không thể tránh khỏi ít nhiều sai sót, do sự hạn chế về trình độ cũng như khả năng của những người biên soạn. Vì thế, rất mong quý độc giả gần xa sẽ được ý quên lời, rộng lòng cảm thông và tha thứ cho những khiếm khuyết trong sách. Chúng tôi hoan hỷ đón nhận và chân thành biết ơn mọi sự góp ý và chỉ dạy để những lần tái bản về sau sẽ được hoàn chỉnh hơn.

NHỮNG NGƯỜI THỰC HIỆN

BỒ TÁT QUÁN THẾ ÂM CỨU KHỔ CỨU NẠN

Kinh *Đại Thừa Diệu Pháp Liên Hoa*, phẩm thứ 25 dạy về hạnh nguyện của Bồ Tát Quán Thế Âm, được gọi tắt là phẩm Phổ môn hay kinh Phổ môn, thường được rất nhiều Phật tử trì tụng để cầu sự an ổn. Sở dĩ như vậy là vì trong kinh dạy rằng vị Bồ Tát này có hạnh nguyện rộng lớn vô biên, luôn quán xét những âm thanh kêu cứu của các chúng sinh gặp khổ nạn để tầm thanh cứu khổ.

Trong kinh văn không nói đến việc Bồ Tát Quán Thế Âm là nam hay nữ, còn theo ý nghĩa rốt ráo thì Bồ Tát vốn không hề có tuổi tác, cũng như tất cả các hình tượng nhìn thấy được đều không phải là tướng thật của ngài. Nhưng từ trước đến nay, những người Phật tử thông thường đều xem Bồ Tát là hiện thân nữ, và lòng từ bi của ngài được ví như tình thương của người mẹ dành cho con, vốn là vô điều kiện và bao la không giới hạn. Bảo tướng trang nghiêm của ngài cũng được xem là tượng trưng cho đức hạnh và sự thanh tịnh.

Kim thân thánh tượng của Bồ Tát được nhiều người tôn kính thờ cúng, từ đô thị tới nông thôn, trên xe, trên thuyền, ở bất cứ nơi đâu thánh tượng cũng được đặt ở nơi trang trọng nhất. Không riêng gì tại Việt Nam, mà ở hầu hết các nước Á Đông như ở Trung Quốc, Nhật Bản, Hàn Quốc v.v... khi nói đến Bồ Tát Quán Thế Âm, ai ai cũng kính ngưỡng và xem ngài như đấng Mẹ hiền Cứu khổ Cứu nạn.

Người dân Trung Hoa thường nói: “Nhà nào cũng thờ Phật A-di-đà, nhà nào cũng thờ Bồ Tát Quán Thế Âm.” Điều đó nói lên sự tín ngưỡng về Bồ Tát đã ăn sâu trong lòng người dân, chứng tỏ rằng có rất nhiều người Phật tử luôn đặt niềm tin nơi Bồ Tát Quán Thế Âm và xem đây là điểm tựa cho sự an bình trong cuộc sống.

HIỆN THÂN NGƯỜI NỮ – TÙY DUYÊN GIÁO HÓA

Bồ Tát vốn không có hình tướng nam nữ, chỉ do tâm nghĩ tưởng của chúng ta mà thôi. Bồ Tát Quán Thế Âm được xem như một người mẹ hiền của tất cả chúng sinh, do đó mà hình tượng Bồ Tát luôn là người nữ.

Trong phẩm *Phổ Môn* dạy rằng: "Nếu cần phải dùng thân nữ để độ chúng sinh, thì Bồ Tát sẽ hiện thân nữ thuyết pháp để độ." Và để tùy duyên hóa độ chúng sinh, ngài cũng thị hiện 33 hóa thân khác nhau, nên Bồ Tát cũng có thể hóa thân làm vua chúa, quan đại thần, trưởng giả hay cư sĩ v.v...

Bồ Tát được tôn thờ và kính ngưỡng như người mẹ hiền của tất cả chúng sinh, chính là phát xuất nơi tâm từ bi vô lượng của ngài. Chính vì vậy mà hình tượng Bồ Tát được khắc họa theo vóc dáng của người nữ có nét đẹp đoan nghiêm, thanh thoát. Bồ Tát được mọi người cung kính tôn thờ bởi đã từng có rất nhiều sự cảm ứng nhiệm mầu xuất phát từ hạnh nguyện cứu khổ cứu nạn cho tất cả chúng sinh của ngài.

TỊNH BÌNH VÀ CÀNH DƯƠNG LIỄU – TƯỢNG TRƯNG CHO TÂM TỪ BI VÀ NHIẾP THỌ

Phần lớn hình tượng, tranh ảnh Bồ Tát được tôn thờ trong các nhà đều phác họa bên trái ngài có vị Thiện Tài Đồng Tử, bên phải có Tiểu Long Nữ, tay trái ngài cầm tịnh bình, tay phải cầm cành dương liễu, phảng phất như từ trong mây khói bên kia của biển khổ mênh mông mà tới.

Một khi trong lòng chúng sinh có sự thành kính lễ bái, muốn nương nhờ oai lực thuyền từ của Bồ Tát để vượt qua biển khổ mênh mông, thì sự chí thành chí thiết đó chắc chắn sẽ có sự cảm ứng với tâm đại từ đại bi của Bồ Tát.

Nước cam lồ tịnh bình thường rưới khắp,
Tay cành dương không kể tháng năm dài.

Hình tượng Bồ Tát với cành dương liễu, với tịnh bình chứa nước cam lồ đã khắc sâu vào lòng mọi người cùng với điều mong ước trong những lúc hoạn nạn, bệnh đau, cầu cứu khổ thì được Bồ Tát ứng hiện.

Như cành dương trước bão táp phong ba,
Như thánh dược cam lồ tiêu bệnh khổ.

Lòng từ của Bồ Tát ban rải khắp nơi với mọi người, mọi loài, mọi giai cấp, từ già đến trẻ, cho dù chỉ là đứa bé cần cầu một điều gì, miễn là có sự chí thành chí thiết thì Ngài cũng phân thân tới nơi không ngần ngại.

Ngàn chỗ cần cầu, ngàn chỗ hiện,
Thuyền từ, biển khổ giúp người qua.

Tấm lòng từ bi của ngài là như vậy, nếu chúng sinh khổ nạn kêu cầu mà không thấy có sự cảm ứng thì chắc chắn đó là do trong tâm đầy tạp niệm, dù khấn nguyện với Bồ Tát mà không hề có sự chí thành. Như vậy, đó là chúng ta cô phụ ngài chứ không phải Bồ Tát cô phụ chúng sinh.

Chúng sinh phàm phu biết phải làm sao trước sóng gió cuộc đời nếu chẳng nhờ vào tha lực của Bồ Tát đưa ta ra khỏi biển khổ, sông mê? Và chẳng phải là đã có biết bao chúng sinh nương vào tha lực ấy mà được ra khỏi chốn đau thương đó sao? Cho nên, Bồ Tát Quán Thế Âm không phải là hình tượng trong chuyện cổ tích. Bồ Tát hiển hiện ngay trong cuộc đời này rất thiết thực, chỉ cần ta đặt hết niềm tin và sự thành khẩn vào Ngài thì sẽ nhận được sự cảm ứng diệu kỳ.

CỨU KHỔ CỨU NẠN – NGƯỜI MẸ THƯƠNG YÊU TẤT CẢ CHÚNG SINH

Bồ Tát Quán Thế Âm đại từ đại bi thường cứu khổ, cứu nạn cho tất cả chúng sinh bằng tấm lòng của một người mẹ thương con, với hạnh nguyện bao la không giới hạn. Vì thế, ngài có thể thị hiện ứng hóa thân dưới nhiều hình dạng, như trong cô nhi viện thì là cô bảo mẫu, đem tình yêu thương cho trẻ mồ côi; trong viện dưỡng lão là cô giúp việc chăm sóc những người già yếu; trong bệnh viện thì là bác sĩ, y tá, điều dưỡng với áo trắng bên giường, an ủi, thuốc thang v.v... Những người phụ nữ với tâm từ này, chẳng phải là Bồ Tát Quán Thế Âm hiện thân cứu khổ cứu nạn đó sao?

THẮNG MAN PHU NHÂN NÓI PHÁP NHẤT THỪA

Pháp Nhất Thừa là phẩm kinh do phu nhân Thắng Man nói ra và được Phật ấn khả, được ghi chép trong kinh *Thắng Man Sư Tử Hống Nhất Thừa Đại Phương Tiện Phương Quảng.*

Chuyện kể

Phu nhân Thắng Man là con gái yêu của vua Ba Tư Nặc và hoàng hậu Mạt Lợi. Khi sinh ra được đặt tên là Thắng Man với ý nghĩa hy vọng là sẽ có tướng tốt, tài cao phước đức hơn cả cha mẹ. Thắng Man là dịch theo nghĩa, phiên âm theo tiếng Phạn là *Thất-lợi Mạt-la* (*Śrīmālā* - 室利末罗). Trung Hoa dịch nghĩa là Thắng Man – *Mạt-la* là theo tên của mẹ (*Mallika – Mạt-lợi*), dịch là Man. *Thất-lợi* dịch là Thắng.

Thắng Man lúc nhỏ đã đẹp và thông minh, trưởng thành được gả cho vua nước *A-du-xà*, trở thành vương phi của vua nước này. Từ đó được gọi là phu nhân Thắng Man.

Thuở đó, ở nước Xá-vệ nơi tinh xá Kỳ Viên,[1] Đức Phật đang ngồi trên pháp tòa giảng pháp cho thính chúng nghe. Lúc bấy giờ vua Ba Tư Nặc cũng đang có mặt, bỗng nhiên chợt nghĩ đến con, vua bèn nói với hoàng hậu:

- Đáng tiếc con gái của chúng ta đã gả chồng ở xa. Nó là

---

[1] Tinh xá này được ông Cấp Cô Độc mua lại phần đất của thái tử Kỳ-đà để xây dựng, nhưng cây cối là do thái tử hiến cúng, nên gọi đầy đủ là Kỳ thọ Cấp Cô Độc viên (vườn ông Cấp Cô Độc, cây của thái tử Kỳ-đà). Kinh điển thường nhắc đến nơi đây với tên ngắn gọn là tinh xá Kỳ Viên.

người thông tuệ, lợi căn mẫn cán, dễ khai ngộ. Nếu bây giờ có cơ hội được thấy Phật, được nghe pháp thì nhất định Thắng Man sẽ sinh lòng tín kính, mau chóng chứng ngộ Phật pháp, được tâm vô ngại.

Hoàng hậu Mạt Lợi cũng hoan hỷ nói:

- Phải rồi, chính là lúc này! Chúng ta hãy mau viết thư gọi con đến.

Hội ý xong, vua và hoàng hậu lập tức viết thư phái người đem tin đến cho Thắng Man, bảo mau về đây để nghe Phật thuyết pháp.

NHẬN ĐƯỢC THƯ CHA MẸ, LÒNG VUI MỪNG KHÔN XIẾT

Đức vua chỉ vội vàng sơ lược tán thán công đức vô lượng vô biên của Phật và khi bức thư được viết xong, vua suy nghĩ nên phái người nào đem đi cho thích hợp. Lúc đó đứng bên cạnh có quan Nội giám là *Chân-đề-la*, vua liền truyền lệnh cho vị quan này đi làm sứ giả, phải nhanh chóng bất kể ngày đêm gấp rút mang thư đến nước *A-du-xà* cho phu nhân Thắng Man.

Đến nước A-du-xà, sứ giả đi thẳng vào cung, dâng thư lên phu nhân Thắng Man. Lúc này vua nước A-du-xà là Hữu Xứng Vương cùng hoàng hậu đang bàn việc nước..

Phu nhân Thắng Man nhận được thư của cha mẹ, lòng vui mừng khôn xiết, còn hơn cả bắt được muôn lượng vàng ròng. Trong thư, vua cha tán thán công đức vô lượng vô biên của Phật, khiến lòng kính tín của Thắng Man đối với Phật càng thêm tăng trưởng. Phu nhân Thắng Man hoan hỷ nói với sứ giả rằng:

- Ta đã nghe danh Đức Phật là người trên thế gian này

chưa từng có, lại thêm cảm nghĩ tới công đức của Ngài mà cha ta đã dùng lời chân thật không hư dối để tán thán, lòng ta rất vui mừng. Ta cám ơn sứ giả đã có công mang thư này tới đây, ông xứng đáng được tặng một chiếc áo để tưởng thưởng công lao đã đem tin tốt lành đến cho ta.

ĐƯỢC THỌ KÝ THÀNH PHẬT HIỆU LÀ PHỔ QUANG NHƯ LAI

Đang ở trong cung, nhưng với lòng cung kính mong được trông thấy Phật, Thắng Man phu nhân liền quỳ xuống hướng về Đức Phật thành khẩn:

- Kính bạch Thế Tôn! Ngài là đấng cao cả trong muôn loài, bi mẫn như từ mẫu, thuyết pháp hóa độ hết thảy chúng sinh, nay con xin dùng tâm thanh tịnh, một niệm kính tin, ngưỡng mộ công đức của Thế Tôn, xin rủ lòng thương xót khiến con được trông thấy Ngài.

Phu nhân Thắng Man một lòng thành khẩn cầu xin. Liền khi đó Đức Phật hiển hiện trên không, phóng hào quang soi sáng khắp nơi. Từ trong cung điện, Thắng Man phu nhân và mọi người đều thấy rõ kim thân của Đức Phật, tướng hảo quang minh vi diệu không gì sánh bằng, ai nấy vô cùng xúc động, hoan hỷ khôn lường. Tất cả một lòng chiêm ngưỡng lễ lạy dưới chân Phật và xin được quy y. Chúng ta nên hiểu rằng, dù phu nhân Thắng Man đã nhiều kiếp gieo trồng căn lành, nhưng nếu bà không có lòng thành tha thiết cầu khẩn thì không thể thấy được Phật.

Đức Như Lai hoan hỷ nhận lời thỉnh cầu quy y tín kính của phu nhân Thắng Man và thọ ký:

- Này phu nhân Thắng Man! Bà đã nhiều đời kính tin và gieo trồng phước lành với chư Phật, công đức tán thán chân thật ấy là do chính bởi thiện căn này, nay Ta đã thấy biết rõ trong vô lượng a-tăng-kỳ kiếp bà sẽ được làm vua Tự Tại trong loài trời người, sinh ra chỗ nào cũng thường được thấy Phật như hiện nay không khác. Sau khi tiếp tục cúng dường vô lượng a-tăng-kỳ đức Phật, trải qua hai vạn a-tăng-kỳ kiếp sau đó bà sẽ thành Phật hiệu là Phổ Quang Như Lai.

Phu nhân Thắng Man được thọ ký rồi vô cùng hoan hỷ, vô cùng biết ơn Đức Phật vì đối với giáo pháp của Ngài, nam nữ đều được bình đẳng, ai cũng có thể thành Phật được. Bà đã được Phật thọ ký rồi, thấy được con đường tương lai của mình sẽ hướng đến đỉnh cao của sự giải thoát. Phu nhân liền suy nghĩ phải tập trung tất cả các cung tần mỹ nữ lại để cho họ cũng được nghe Phật thuyết giảng. Mọi người trong cung từ bảy tuổi trở lên sau đó đều được Đức Phật độ cho quy y hết.

THỌ NHẬN GIỚI PHÁP VÀ PHÁT MƯỜI ĐẠI NGUYỆN

Lúc bấy giờ phu nhân Thắng Man được Phật thọ ký xong liền đứng dậy cung kính đối trước Phật mà thọ nhận mười đại giới và phát nguyện:

- Bạch đức Thế Tôn! Con từ nay cho đến khi chứng đạo quả Bồ-đề, trong khoảng thời gian tu học, *đối với tất cả giới pháp con đã thọ, quyết không vi phạm.*

- Bạch đức Thế Tôn! Con từ hôm nay cho đến khi chứng đạo quả Bồ-đề, *đối với các bậc tôn trưởng không khởi tâm khinh mạn.*

- Bạch đức Thế Tôn! Con từ hôm nay cho đến khi chứng đạo quả Bồ-đề, *đối với các chúng sinh không khởi tâm tức giận.*

- Bạch đức Thế Tôn! Con từ hôm nay cho đến khi chứng

đạo quả Bồ-đề, *đối với sắc thân và sự thọ dụng phong phú của người khác, con không khởi tâm đố kỵ.*

- Bạch đức Thế Tôn! Con từ hôm nay cho đến khi chứng đạo quả Bồ-đề, *đối với tất cả các pháp môn mà con đã học, hiểu, thông suốt, nếu có người cần cầu học, con nguyện bố thí pháp ấy mà không khởi tâm tiếc lận.*

- Bạch đức Thế Tôn! Con từ hôm nay cho đến khi chứng đạo quả Bồ-đề *không có tâm vị kỷ nhận chứa tài vật cho riêng mình. Nếu con có nhận những tài vật đó thì thảy đều vì lợi ích cho chúng sinh.*

- Bạch đức Thế Tôn! Con từ hôm nay cho đến khi chứng đạo quả Bồ-đề, *không vì lợi ích riêng mình mà hành Tứ nhiếp pháp. Chỉ vì tất cả chúng sinh nên đem tâm không ái nhiễm, tâm không nhàm chán, tâm không trở ngại để nhiếp thọ chúng sinh.*

- Bạch đức Thế Tôn! Con từ hôm nay cho đến khi chứng đạo quả Bồ-đề, *nếu nhìn thấy chúng sinh cô độc, tật bệnh, lầm than, tối tăm cùng các thứ gian nan khốn khổ đeo đuổi buộc ràng không lúc nào dứt, con quyết làm cho họ được an ổn, lấy việc nghĩa làm cho họ ấm no, lợi ích, thoát ly các khổ thì tâm con mới an.*

- Bạch đức Thế Tôn! Con từ hôm nay cho đến khi chứng đạo quả Bồ-đề, *nếu nhìn thấy chúng sinh bắt nuôi sinh vật làm các ác luật nghi và phạm các giới, thì con trọn không xa lánh xả bỏ họ. Khi con có được năng lực, thì đối với tất cả chỗ nào có những chúng sinh như trên đây, có thể ngăn chặn, nhiếp thọ được thì con nhiếp thọ cho họ.*

- Bạch đức Thế Tôn! Con từ hôm nay cho đến khi chứng đạo quả Bồ-đề, *con nguyện nhiếp thọ Chánh pháp trọn không để cho tiêu mất.*

Sở dĩ phu nhân Thắng Man thọ giới và phát mười thệ nguyện như thế là hoàn toàn vì lợi ích cho chúng sinh. Phu nhân Thắng Man chẳng những là một người phụ nữ mẫu mực mà còn là một bậc thánh xứng đáng là hàng long tượng trong nữ giới, đáng cho chúng ta kính phục, tôn thờ.

THIÊN NỮ RẢI HOA

Trong kinh *Duy-ma-cật sở thuyết* có một đoạn kể về sự ứng đối giữa ngài Xá-lợi-phất và một vị thiên nữ, được rất nhiều người biết đến và xem đây như một đoạn kinh văn nêu bật được ý nghĩa thù thắng của giáo pháp Đại thừa.

Chuyện kể:

Ở thành *Tỳ-da-ly* có vị Bồ Tát hóa thân làm một trưởng giả tên là *Duy-ma-cật*. Một lần nọ ông thị hiện thân có bệnh, Đức Thế Tôn gợi ý các vị đệ tử Thanh văn và Bồ Tát nên đến thăm hỏi trưởng giả *Duy-ma-cật* đang có bệnh, nhưng không ai dám đi, vì tất cả đều đã từng biết qua biện tài vô ngại của ông, nên tự lượng sức mình không thể cùng ông đối đáp. Cuối cùng, chỉ có Bồ Tát *Văn-thù* mới dám đảm nhận việc thăm bệnh trưởng giả Duy-ma-cật. Đại chúng đều biết khi hai vị Đại Bồ Tát *Văn-thù* và *Duy-ma-cật* gặp nhau chắc chắn sẽ bàn diệu pháp, nên có đến tám ngàn vị Bồ Tát, năm trăm vị Thanh văn và hàng trăm ngàn trời người đều muốn đi theo.

Lúc ấy, ngài *Duy-ma-cật* tự biết ngài Văn Thù cùng đại chúng sắp đến viếng thăm mình, liền dùng sức thần thông làm cho cái thất ngài đang ở trở nên trống rỗng, chỉ còn có một chiếc giường duy nhất, rồi ngài thị hiện có bệnh nằm trên đó.

Khi ấy, đi về phương Đông vượt qua số thế giới nhiều như số cát của 36 con sông Hằng, có một thế giới tên là Tu Di Tướng. Đức Phật cõi ấy hiệu là Tu Di Đăng Vương, thân cao 84 ngàn do tuần, tòa sư tử của Ngài cũng cao đến 84 ngàn do tuần, trang nghiêm tốt đẹp bậc nhất. Trưởng giả *Duy-ma-cật* hiện sức thần thông, tức thời Đức Phật ở cõi nước kia đưa

32 ngàn tòa sư tử cao rộng đến cho mọi người cùng ngồi. Căn thất nhỏ bé cũng hóa thành to lớn đủ sức dung chứa những tòa sư tử cao rộng và tất cả đại chúng.

Khi ấy, đại chúng đều được ngồi lên tòa sư tử trang nghiêm cao rộng. Hai vị Đại Bồ Tát là Văn-thù và Duy-ma-cật quả nhiên cùng nhau trao đổi về Chánh pháp. Có một vị thiên nữ trong thất ngài Duy-ma-cật, thấy chư thiên và mọi người đang nghe thuyết pháp liền hiện ra để rải hoa cúng dường.

HOA TRỜI KHÔNG RƠI XUỐNG ĐẤT

Khi thiên nữ rải hoa trời cúng dường, hoa ấy chạm đến thân các vị Bồ Tát liền rơi rụng hết, nhưng chạm vào các vị Thanh văn thì liền dính chắc vào thân các vị. Các vị đều cố dùng thần lực để phủi, nhưng hoa vẫn không chịu rơi xuống đất.

Lúc ấy, thiên nữ hỏi ngài *Xá-lợi-phất*:

- Tại sao Ngài lại phủi hoa xuống?

Ngài *Xá-lợi-phất* đáp:

- Hoa này cài trên người là không đúng pháp, nên tôi muốn phủi bỏ.

Thiên nữ liền nói:

- Bạch Tôn giả! Xin Ngài chớ bảo hoa này không đúng như pháp. Hoa vốn không có sự phân biệt, do chính tâm ngài khởi sinh phân biệt. Nếu người xuất gia ở trong Phật pháp mà có tâm phân biệt thì đó mới là không đúng như pháp. Ngài hãy xem, chính vì thế nên hoa không thể bám dính vào thân các vị Bồ Tát.

NGÀI XÁ-LỢI-PHẤT BỖNG NHIÊN

CHUYỂN THÀNH THÂN NỮ

Khi ấy, ngài Xá-lợi-phất lại hỏi:
- Thiên nữ ở trong thất này đã được bao lâu rồi?

Thiên nữ đáp:

- Tôi ở trong thất này lâu như thời gian ngài được giải thoát.

Xá-lợi-phất nói:

- Ở đây lâu vậy sao?

Thiên nữ hỏi lại:

- Vậy ngài được giải thoát cũng lâu lắm rồi sao?

Ngài Xá-lợi-phất lặng thinh không đáp. Thiên nữ nhân đó liền giảng thuyết về giáo pháp Đại thừa. Khi được hỏi về chí hướng tu tập, cô nói:

- Nếu cần đem pháp Thanh văn mà giáo hóa chúng sinh, thì tôi làm Thanh văn. Nếu cần đem pháp nhân duyên mà giáo hóa chúng sinh, thì tôi làm Bích-chi Phật. Nếu cần đem pháp đại bi mà giáo hóa chúng sinh, thì tôi thực hành Đại thừa.

Ngài Xá-lợi-phất được nghe qua công hạnh của thiên nữ rồi, liền hỏi:

- Sao cô không chuyển thân nữ thành thân nam?

Thiên nữ đáp:

- Từ mười hai năm nay tôi vẫn cầu cái tướng người nữ mà chẳng được. Tại sao nên chuyển? Ví như một nhà ảo thuật hóa ra một ảo nữ. Nếu có người hỏi nhà ảo thuật ấy rằng: "Sao không chuyển thân nữ thành thân nam". Vậy người ấy đặt câu hỏi có chính đáng không?

Ngài Xá-lợi-phất thừa nhận: "Không. Vì việc ảo hóa không có tướng nhất định, lấy gì để chuyển?"

Thiên nữ ngay lúc đó bèn dùng sức thần thông biến ngài Xá-lợi-phất thành thiên nữ, còn thiên nữ tự hóa mình giống như Xá-lợi-phất, rồi hỏi:

- Tôn giả! Sao ngài không chuyển thân nữ đi?

Ngài Xá-lợi-phất đang trong hình dáng thiên nữ, đáp rằng:

- Tôi nay chẳng biết tại sao lại biến thành thân nữ?

Thiên nữ liền nói:

- Thưa Tôn giả! Nếu Ngài có thể chuyển được thân nữ, thì tất cả người nữ cũng sẽ chuyển được thân của họ. Như Ngài không phải người nữ mà hiện thân tướng nữ thì tất cả người nữ lại cũng như vậy. Tuy hiện thân nữ, nhưng thật ra chẳng phải người nữ. Đức Phật có dạy: "Tất cả các pháp chẳng phải nam, chẳng phải nữ."

BỒ TÁT DUY-MA-CẬT GIẢNG GIẢI

Thiên nữ sau khi đối đáp xong, ngồi sang một bên. Lúc bấy giờ, trưởng giả *Duy-ma-cật* bảo ngài *Xá-lợi-phất*:

- Thưa Tôn giả! Vị thiên nữ này đã từng cúng dường 92 ức chư Phật, đã được thần thông du hý của Bồ Tát, nguyện lực đầy đủ, chứng vô sinh nhẫn, không còn thối chuyển. Vì bổn nguyện nên tùy ý hiện thân để giáo hóa chúng sinh.

Qua câu chuyện về vị thiên nữ được ghi trong kinh *Duy-ma-cật*, có thể thấy được một điều là, cho dù một người đang đang mang thân tướng nam hay nữ, nếu có tâm phát nguyện rộng lớn thì đều xứng đáng cho chúng ta kính trọng, ngưỡng mộ. Vị thiên nữ này là một minh chứng cho thấy khái niệm trượng phu trong đạo Phật không có ranh giới, và Phật tánh là bình đẳng không phân biệt tướng giới nào.

Thiên nữ xứng đáng là hàng long tượng trong Phật giáo để sách tấn, khích lệ cho người nữ có đầy đủ sự tự tin và mạnh mẽ phấn đấu trên bước đường tu học.

LONG NỮ THÀNH PHẬT

Trong kinh *Diệu Pháp Liên Hoa*, phẩm Đề-bà-đạt-đa, có đoạn nói về một vị Long Nữ con gái của Long vương mới tám tuổi thành Phật.

Chuyện kể:

Vua rồng Ta Kiệt La là vị thần làm ra mưa, thân của Long vương này màu đỏ tía, tay trái cầm phất trần, tay phải cầm đao, dáng vẻ uy vũ làm chấn động cả bốn biển, Long Nữ là công chúa của ông. Cô này rất thông minh lanh lợi, lại có thiện căn sâu dày nên mới tám tuổi mà đã có nhiều kỳ đặc khác thường.

Lúc còn nhỏ, tính nết cô không giống như các trẻ em khác như thích ăn kẹo hay đồ chơi đẹp, với cô những thứ đó không có gì là thú vị cả. Ngược lại cô rất thích nghe những lời mang ý nghĩa huyền diệu sâu xa.

Một hôm, Bồ Tát Văn Thù hiện ra trong cung của vua rồng Ta Kiệt La, ngồi trên đài hoa sen nghìn cánh, tuyên thuyết giáo pháp vi diệu của đức Thế Tôn. Lúc đó Long Nữ cũng đang có mặt, mới tám tuổi, vậy mà khi nghe Bồ Tát Văn Thù giảng kinh cô đã lanh lợi thông hiểu và nắm rõ được những chỗ tinh yếu của giáo pháp.

LONG NỮ THẤU TRIỆT PHÁP TỔNG TRÌ

Sau khi nghe Thế Tôn giảng về giáo lý Nhất Thừa trong kinh *Diệu Pháp Liên Hoa*, thì có Bồ Tát Trí Tích đến hỏi Ngài Văn Thù rằng:

- Thưa Ngài Văn-thù-sư-lợi! Tôi xin hỏi kinh *Diệu Pháp Liên Hoa* mà đức Thế Tôn tuyên thuyết, là báu trong các kinh, trong đời hiếm có. Vậy có chúng sinh nào siêng năng tinh tấn tu hành, trì tụng kinh này mà mau được thành Phật chăng?

Ngài Văn Thù nói:

- Thưa ngài! Có con gái vua rồng Ta Kiệt La mới tám tuổi, có căn tính lanh lẹ, trí tuệ sáng suốt, khéo biết các căn tánh hành nghiệp của chúng sinh, sau khi cô nghe Đức Phật thuyết kinh này rồi, liền ngay đó cô thấu triệt được pháp tổng trì.

Bồ Tát Trí Tích nghe Bồ Tát Văn Thù nói như vậy, cảm thấy quá bất ngờ - vì ngài Văn Thù là người có trí tuệ bậc nhất trong hàng tăng chúng của Phật mà lại tán thán một cô bé mới tám tuổi, trong khi có rất nhiều vị Bồ Tát và A-la-hán mà sao Ngài không nói đến. Sự suy nghĩ của Bồ Tát Trí Tích ở đây là Long Nữ chỉ mới tám tuổi, dù sao cũng không thể nào tin được cô đã chứng pháp tổng trì - nên Bồ Tát Trí Tích lắc đầu, ý Ngài muốn nói chỗ này khó tin được. Bồ Tát Văn Thù liền nói:

- Thưa Ngài! Long Nữ mới có tám tuổi, tuy còn nhỏ mà căn tánh lanh lẹ, trí tuệ phi phàm, người thường không thể nào bì kịp. Các tạng pháp sâu mầu của Phật cô đều có thể thọ trì, rõ thấu các pháp thiền định. Trong một sát-na phát tâm Bồ-đề được thành bậc bất thối chuyển.

Bồ Tát Trí Tích vẫn không tin nên nói:

- Thưa Ngài Văn Thù! Tôi thấy Đức Thích Ca ở trong vô lượng kiếp làm những hạnh khổ khó làm, tích tập nhiều công đức để cầu đạo Bồ-đề mà chưa từng có lúc thôi dứt. Tôi xem trong cõi tam thiên đại thiên thế giới, nhẫn đến không có chỗ nhỏ bằng hạt cải mà không phải là chỗ của Bồ Tát bỏ thân mạng để vì lợi ích chúng sinh, vậy rồi sau đó mới được thành đạo Bồ-đề. Còn Long Nữ mới tám tuổi, có được công đức gì mà thành Phật nhanh như vậy. Tôi không tin cô ấy được thành Phật.

Bồ Tát Trí Tích vừa nói xong, lúc đó Long Nữ bỗng hiện ra ngay trước mặt, nghiêm trang đầu mặt đảnh lễ đức Phật trước mặt Đại chúng.

KHÔNG TIN THÂN NỮ THÀNH PHẬT QUÁ NHANH

Khi thấy Long Nữ bất ngờ hiện ra lễ Phật và nói kệ về việc mình sẽ thành Phật, ngài Xá-lợi-phất liền nói với Long Nữ:

- Việc cô vừa nói là chẳng bao lâu nữa sẽ chứng được đạo Vô thượng Bồ-đề, tôi thấy thật khó tin! Vì sao? Vì thân gái nhơ uế, chẳng phải là pháp khí, lại nữa thân nữ còn bị năm điều chướng,[1] thì làm sao có thể chứng được đạo Vô thượng Bồ-đề?

Lúc đó trên tay Long Nữ có một hạt châu báu, giá trị bằng cõi tam thiên đại thiên. Long Nữ bèn dâng hạt châu lên Đức Phật, Phật nhận lấy. Long Nữ cúi đầu lạy tạ, rồi đi đến trước mặt Bồ Tát Trí Tích và Tôn giả Xá-lợi-phất cung kính thưa:

- Vừa rồi khi con dâng hạt châu lên, Đức Thế Tôn từ bi nạp thọ, Bồ Tát và Tôn giả thấy có nhanh không?

Bồ Tát Trí Tích và Tôn giả Xá-lợi-phất đều bảo "Rất nhanh."

---

[1] Năm điều chướng của thân nữ là: 1. Chẳng được làm Phạm Thiên Vương; 2. Chẳng được làm Đế Thích; 3. Chẳng được làm Ma Vương; 4. Chẳng được làm Chuyển Luân Thánh Vương; 5. Chẳng được làm Phật.

Long Nữ nói:

- Các ngài lấy sức thần của mình xem con thành Phật còn nhanh hơn cả việc con dâng hạt châu lên đức Thế Tôn.

Sau khi nói xong, trong hội chúng ai nấy đều thấy Long Nữ bỗng nhiên biến thành nam tử, đầy đủ hạnh Bồ Tát, lập tức qua cõi Vô Cấu ở phương Nam ngồi trên tòa sen báu thành bậc Đẳng Chánh Giác, đầy đủ ba mươi hai tướng tốt, tám mươi vẻ đẹp, vì tất cả chúng sinh trong mười phương mà diễn nói pháp vi diệu sâu mầu.

Người nữ hay cho rằng mình là phận gái yếu đuối, chẳng làm được việc gì, nên không chịu cố gắng tiến thủ, vậy nên theo gương bậc long tượng như Long Nữ mà tự tin hơn, để có thể tăng thêm sự kiên cường, quyết chí trong việc hành đạo.

MA-DA THÁNH MẪU

Trong sách *Thích Ca Phổ* có ghi về hai đấng sinh thành của Đức Phật Thích Ca Mâu Ni. Và trong Kinh Bồ Tát Địa Tạng Bổn Nguyện cũng có kể câu chuyện Đức Phật lên cung trời Đao Lợi thuyết pháp cho Thánh mẫu *Ma-da.*

Chuyện kể:

Phía nam dưới chân núi Tuyết Sơn có rừng cây tươi tốt rậm rạp, nơi ấy ngày xưa gọi là nước *Ca-tỳ-la-vệ*, vị vua cai trị nước này rất khôi ngô tuấn tú, dũng cảm, tài trí, đức độ hơn người – đó là vua Tịnh Phạn. Trong dòng tộc *Thích-ca*, vua Tịnh Phạn là người đứng đầu gia tộc và cũng là người đứng đầu trị vì đất nước.

Ở phương bắc có dòng tộc *Câu-lợi*, vua nước này là Thiện Giác, có người em gái là *Ma-da* đã trưởng thành, rất đoan trang, hiền thục. Cô là người thùy mỵ, nết na, nhã nhặn, trầm tĩnh, tiếng đồn về cô vang rộng khắp thành ai ai cũng biết. Danh tiếng này đến tai vua Tịnh Phạn, Ngài liền cùng các đại thần sang phương bắc diện kiến vua Thiện Giác để xin cầu hôn công chúa *Ma-da.*

Từ khi vua Tịnh Phạn kết hôn cùng công chúa *Ma-da*, trải qua hai mươi năm vẫn chưa có thái tử để nối ngôi thiên tử. Hoàng hậu *Ma-da* trong lòng luôn mang nỗi ưu tư, lo nghĩ sợ mai sau không người nối dõi, không người kế vị. Vì thế, hoàng hậu thường khuyên vua làm nhiều điều hiền thiện, tạo phúc cho muôn dân. Bản thân hoàng hậu cũng thường làm việc bố thí và cứu giúp những người nghèo khổ ở khắp nơi, khiến cho người dân trong nước ai ai cũng đều mến phục đức hạnh của bà.

Hoàng hậu *Ma-da* là bậc mẫu nghi của nước *Ca-tỳ-la-vệ*, dung mạo tuy không phải là tuyệt thế, nhưng tâm hồn bà trong sáng như hoa sen. Do trên gương mặt của bà lúc này mang nét u buồn là bởi hoàng hậu đã hơn bốn mươi tuổi rồi mà vẫn chưa có được thái tử.

Thế rồi, cho đến vào một đêm vắng lặng, lúc thiếp đi, trong giấc mơ màng, bà thấy có con voi trắng sáu ngà từ không trung bay đến, chui vào hông bên phải của bà. Hoàng hậu giật mình tỉnh giấc, kể lại giấc mộng. Các quan đại thần đều đoán rằng đây là điềm lành, chắc chắn hoàng tộc sắp có tin vui. Quả nhiên, từ đó hoàng hậu mang thai Thái tử. Vua Tịnh Phạn rất vui mừng cùng thần dân mở tiệc ăn mừng.

THÁI TỬ RA ĐỜI TẠI VƯỜN LÂM TỲ NI

Mang thai đã được mười tháng, nay đã đến ngày sinh, hoàng hậu *Ma-da* xin với vua cho phép bà về nhà mẹ đẻ để sinh con – theo phong tục ngày xưa – không đành để Hoàng hậu đi một mình, đích thân vua dẫn đoàn tùy tùng đi hộ tống Hoàng hậu về nhà mẹ đẻ.

Hôm đó là ngày mồng tám, gió tháng tư hiu hiu thổi, khí trời ấm áp. Khi đoàn đi ngang qua vườn Lâm Tỳ Ni, cảnh vật nơi đây tuyệt đẹp, mọi người ai cũng thấy dễ chịu. Hoàng hậu cho dừng kiệu để vào vườn nghỉ ngơi một chút. Lúc này xuân hạ giao mùa, trong vườn *Lam-tì-ni* thì hoa đang nở rộ, muôn chim đua hót. Hoàng hậu ngồi cạnh hồ nước chiêm ngưỡng cảnh vật thiên nhiên, rồi bà đứng dậy dạo quanh vườn hoa, đến cội vô ưu có cành lá sum sê nở rộ. Hoàng hậu đưa tay lên định ngắt lấy một bông, bỗng ngay lúc ấy Thái tử chào đời.

Bấy giờ ánh sáng tỏa chiếu khắp thế gian, nhạc trời trỗi khắp, từ đây nhân loại có được bậc giác ngộ ra đời để dẫn dắt muôn loài.

Hoàng hậu *Ma-da* - người mẹ vĩ đại đã cho đời một vị Phật tương lai. Thật đáng kính trọng, thật đáng tán thán!

Sau khi sinh thái tử được bảy ngày thì hoàng hậu từ trần. Sau khi thác, bà được sinh về cung trời Đao Lợi, sống đời an vui tịnh hạnh.

Trên cung trời Đao Lợi này nhà cửa toàn bằng pha lê, vàng bạc của báu chất đầy như núi, vật dùng đều quý giá bằng vàng. Trong cảnh an nhàn như thế nhưng hoàng hậu vẫn mong ước được gặp Phật.

ĐỨC PHẬT THUYẾT PHÁP TRÊN CUNG TRỜI

Đức Phật thị hiện xuống cõi *Ta-bà* này là để giáo hóa chúng sinh, Ngài muốn chúng sinh cũng được giác ngộ, thoát khổ như Ngài. Cũng giống như bao nhiêu người con hiếu khác, ngài nhớ đến công ơn sinh thành của từ mẫu nên đã rời khỏi Tăng đoàn một thời gian, lên cung trời Đao Lợi để thuyết pháp cho mẫu thân và đã thuyết kinh nói về hiếu hạnh, gọi là kinh *Địa Tạng Bồ Tát Bổn Nguyện Công Đức*.

Hoàng hậu *Ma-da* là người mẹ đặc biệt nhất đã sinh ra thái tử *Tất-đạt-đa*, là người nữ cao quý nhất đã có công sinh ra một bậc vĩ nhân kiệt xuất của nhân loại, để chúng ta có được đạo Phật mà nương theo, có được Chánh pháp mà tu tập, hướng đến sự giác ngộ và thoát ra khỏi luân hồi sanh tử.

ĐỒNG NỮ DIỆU HUỆ VÀ LỜI PHÁT NGUYỆN KIÊN CỐ

Trong kinh *Đại Bảo Tích* có một đoạn ghi lại câu chuyện về đồng nữ Diệu Huệ, một vị Bồ Tát hóa thân đã làm cho chúng hội đều kinh ngạc, tán thán.

Chuyện kể:

Đồng nữ Diệu Huệ là con của một bậc trưởng giả danh tiếng ở thành Vương Xá, nước *Ma-kiệt-đà*. Mỗi khi Phật giảng kinh trên núi Kỳ Xà Quật đều có cô bé 8 tuổi này đến tham dự.

Tuổi mới lên 8 mà Diệu Huệ đã thể hiện được nét đoan trang, điềm đạm, là một người rất dễ thương, xinh đẹp. Từ bậc đại trưởng lão cho đến các vị tăng trẻ, nhất là các chúng ni, gặp cô ai cũng đều hoan hỷ và quý mến.

Cô rất thông minh, lanh lợi, tuy tuổi còn nhỏ nhưng đã kết duyên lành sâu xa cùng Phật pháp, cho thấy từ thuở trước cô đã là người từng cúng dường, gieo trồng các căn lành nơi vô lượng chư Phật quá khứ. Có lần trong pháp hội, nơi Phật đang thuyết pháp, cô dùng khẩu ý của Bồ Tát hướng về Phật mà thưa hỏi, khiến cho đại chúng ai nấy đều kinh ngạc.

Một lần khác, Đức Phật đang thăng tòa thuyết pháp, cô cũng ung dung chậm rãi bước thẳng đến trước Phật, cung kính đảnh lễ rồi đứng dậy đi nhiễu ba vòng, quỳ xuống chắp tay bạch Phật rằng:

- Kính bạch đấng Vô thượng Chánh giác! Nơi thế gian ngài là ngọn đèn soi sáng đến tận cùng những tâm ô nhiễm của chúng sinh. Nay Ngài cho phép con được hỏi: Sở hành của Bồ Tát hiện nay sao chưa rốt ráo hoàn toàn, xin Thế Tôn từ bi giải thích cho con được rõ!

Đức Phật nhìn Diệu Huệ Đồng Nữ rồi nghĩ, nhân câu hỏi này nên tạo thêm duyên lành cho các vị Bồ Tát và A-la-hán được nghe pháp vi diệu. Vì vậy, Đức Phật hoan hỷ bảo Diệu Huệ rằng:

- Lành thay! Lành thay! Con thật khéo hỏi. Hôm nay con đã phát tâm dũng mãnh đến đây, vậy cho phép con tùy ý thưa hỏi, Ta sẽ giải thích để dứt lòng nghi.

MƯỜI CÂU HỎI LÀM KINH NGẠC HỘI CHÚNG

Được Đức Thế Tôn chấp thuận cho thưa hỏi, cô Diệu Huệ vui mừng đảnh lễ tạ ơn. Cô không thưa hỏi theo cách thông thường mà nêu những câu hỏi của mình bằng cách đọc một bài kệ. Cô đến trước đức Phật, quỳ gối chắp tay đọc kệ với nội dung đại lược như sau:

1. Có phương pháp gì để được thọ thân đoan chính tốt đẹp?

2. Làm thế nào để được giàu có và mọi người đều tôn quý?

3. Làm thế nào để quyến thuộc tránh khỏi sự bất hòa và không ngăn chia ly tán?

4. Có phương pháp gì để không phải thọ thân máu mủ vô thường bất tịnh của cha mẹ, mà được hóa sinh ra, ngồi đài sen báu ngàn cánh, đối diện cúng dường chư Phật?

5. Làm thế nào mới chứng được thần thông tự tại, tùy ý đi khắp vô lượng cõi để đảnh lễ chư Phật?

6. Làm thế nào để không có kẻ oán thù đối nghịch?

7. Làm thế nào để lời nói được mọi người đều nghe và tin theo?

8. Làm thế nào để đạt được sự thanh tịnh, trừ sạch các pháp chướng?

9. Làm thế nào để mãi mãi xa lìa được những ác nghiệp của ma?

10. Làm thế nào để lúc mạng chung được nhìn thấy chư Phật hiện ra, được nghe pháp thanh tịnh, không phải chịu đựng tất cả các sự khổ não?

Kính bạch Đức Thế Tôn! Đây là mười điều con muốn biết, cúi mong Ngài từ bi thương xót giải thích cho con được rõ.

ĐỨC PHẬT CHỈ DẠY BỐN MƯƠI PHƯƠNG PHÁP

Sau khi nghe Diệu Huệ Đồng Nữ thưa hỏi xong, Đức Phật khen ngợi rồi giải thích từng câu. Mỗi câu Ngài nêu lên có bốn phương pháp để thành tựu.

- Này Diệu Huệ! Bồ Tát thành tựu bốn pháp sau đây thì được thọ thân đoan chính:

1. Đối với kẻ ác không khởi tâm oán giận.
2. Luôn giữ tâm đại từ.
3. Hết lòng ưa thích Chánh pháp.
4. Tôn tạo hình tượng Phật.

- Này Diệu Huệ! Bồ Tát thành tựu bốn pháp sau đây thì được giàu có và mọi người tôn quý:

1. Khi có điều kiện phải thực hành bố thí.
2. Không có lòng khinh mạn [xem thường người nhận].

3. Bố thí với tâm hoan hỷ.
4. [Khi bố thí] không mong cầu quả báo.

- Này Diệu Huệ! Bồ Tát thành tựu bốn pháp sau đây thì quyến thuộc tránh khỏi sự bất hòa và không bị ngăn chia ly tán:

1. Không nói lời ly gián kẻ khác.
2. Giúp cho những chúng sinh tà kiến được an trụ trong chánh kiến.
3. Khi Chánh pháp sắp diệt mất có thể bảo vệ làm cho được tồn tại dài lâu.
4. Dạy bảo chúng sanh hướng về quả vị giác ngộ Bồ-đề.

- Này Diệu Huệ! Bồ Tát thành tựu bốn pháp sau đây sẽ được hóa sinh trên tòa sen báu ngay trước chư Phật.

1. Thường dâng các loại hoa quả và hương thơm lên cúng dường tán thán đức Như Lai và những nơi tháp, miếu [có tôn tượng chư Phật].
2. Trọn đời không bao giờ mê muội làm tổn hại người khác.
3. Tôn tạo tượng Phật đặt trên tòa sen.
4. Đối với quả Phật Bồ-đề sinh lòng kính tin thanh tịnh sâu vững.

- Này Diệu Huệ! Bồ Tát thành tựu bốn pháp sau đây thì được thần thông tự tại, tùy ý đi khắp các cõi:

1. Đối với người tu pháp lành, không gây chướng ngại và phiền não cho họ.
2. Không làm trở ngại cho người thuyết pháp.
3. Thắp sáng đèn cúng dường nơi tháp miếu có thờ tôn tượng Như Lai.

4. Thường siêng năng tu tập các pháp thiền định.

- Này Diệu Huệ! Bồ Tát thành tựu bốn pháp sau đây thì được mọi người quý mến mà không có kẻ oán thù:

1. Không dùng tâm nịnh hót mà gần gũi bạn lành.
2. Đối với những điều tốt đẹp của người khác không đem lòng đố kỵ.
3. Thấy người khác được danh vị mình cũng vui mừng theo.
4. Đối với hạnh Bồ Tát không đem lòng khinh khi hủy báng.

- Này Diệu Huệ! Bồ Tát thành tựu bốn pháp sau đây thì khi nói ra lời gì cũng được mọi người tin tưởng, nghe theo.

1. Lời nói và việc làm của bản thân phải phù hợp với nhau.
2. Đối với những người bạn lành không che giấu những điều xấu ác.
3. Được nghe pháp không cố ý tìm tòi những điều sai sót.
4. Không sanh tâm xấu ác đối với người thuyết pháp.

- Này Diệu Huệ! Bồ Tát thành tựu bốn pháp sau đây có thể lìa được các pháp chướng, nhanh chóng được sự thanh tịnh:

1. Trong thâm tâm luôn ưa thích nhiếp trì ba luật nghi.[1]
2. Nghe kinh vi diệu sâu mầu không sinh lòng nghi và phỉ báng.
3. Thấy Bồ Tát sơ phát tâm thì sinh tâm [kính trọng như bậc] nhất thiết trí.

[1] Ba luật nghi: ba hình thức nhiếp trì luật nghi, gồm: 1. Biệt giải thoát luật nghi; 2. Tĩnh lự luật nghi; 3. Vô lậu luật nghi.

4. Đối với tất cả chúng sanh đều phải có tâm từ bi bình đẳng.

- Này Diệu Huệ! Bồ Tát thành tựu bốn pháp sau đây thì lìa xa được những phiền não ma chướng:

1. Biết rõ các pháp tánh đều bình đẳng.
2. Luôn thực hành tinh tấn.
3. Thường chuyên cần niệm Phật.
4. Hết thảy căn lành đều hồi hướng cho tất cả pháp giới chúng sinh.

- Này Diệu Huệ! Bồ Tát thành tựu bốn pháp sau đây thì lúc mạng chung được nhìn thấy chư Phật hiện ra, nghe được pháp thanh tịnh, không phải chịu đựng tất cả các khổ não:

1. Người khác có cầu xin gì thì bố thí cho đầy đủ.
2. Đối với các pháp lành sinh tâm tin hiểu sâu xa.
3. Cúng dường đầy đủ và trang nghiêm đối với các vị Bồ Tát.
4. Siêng năng, nỗ lực cúng dường Tam bảo.

PHÁT LỜI ĐẠI NGUYỆN PHI THƯỜNG

Đức Phật vừa trả lời mười câu hỏi cũng là đồng thời chỉ dạy bốn mươi hạnh Bồ Tát để tu hành. Đồng nữ Diệu Huệ rất vui mừng, nguyện y giáo phụng hành. Cô phát nguyện:

- Bạch Thế Tôn! Đối với các hạnh Bồ Tát mà Thế Tôn thuyết dạy đó, con xin phát nguyện kính cẩn làm theo. Bạch Thế Tôn! Trong 40 công hạnh đó, nếu con không thực hành dù chỉ một hạnh thì sẽ có tội làm trái với lời Phật dạy, khinh khi và lừa dối Đức Như Lai.

Nghe tâm nguyện của đồng nữ Diệu Huệ quá lớn lao, lúc ấy trong pháp hội có Tôn giả Mục-kiền-liên lên tiếng hỏi:

- Này Diệu Huệ! Các hạnh Bồ Tát rất khó thực hành, hôm nay cô phát nguyện cao cả lớn lao như vậy, liệu có thể thực hành đến chỗ rốt ráo được chăng?

Đồng nữ Diệu Huệ đáp:

- Kính bạch Tôn giả! Nếu như lời phát nguyện của con là chân thật không hư dối, [nghĩa là con] có thể thực hành các hạnh Bồ Tát như trên được đầy đủ trọn vẹn, thì nguyện cho cõi tam thiên đại thiên thế giới này vì con mà chấn động sáucách, trời rải mưa hoa, các loại nhạc khí cõi trời tự nhiên trỗi lên.

Sau khi đồng nữ Diệu Huệ phát nguyện vừa xong, tức thì cõi tam thiên đại thiên thế giới liền chấn động sáu cách, trên hư không tự nhiên hoa trời rải xuống như mưa, nhạc trời trỗi lên lên réo rắt.

Đồng nữ Diệu Huệ liền nói với ngài Mục-kiền-liên:

– Bạch Tôn giả! Điều này đã chứng minh cho sự chí thành của con. Trong đời vị lai, nếu có những vị Bồ Tát mới phát tâm đều cũng sẽ được như con. Còn không bao lâu nữa, con sẽ thành Phật, giống như đức Thế Tôn hôm nay. Nếu lời con nói đó là chân thật không hư dối, nguyện cho tất cả mọi người trong chúng hội này đều hóa ra thân màu vàng ròng.

Vừa dứt lời nguyện, lập tức mọi người trong chúng hội đều hóa ra thân màu vàng ròng.

Lúc đó, ngài Mục-kiền-liên liền rời khỏi chỗ ngồi, bước đến lễ Phật rồi nói:

– Bạch đức Thế Tôn! Nay con xin kính lễ tất cả các vị Bồ Tát mới phát tâm. Vì sao vậy? Một cô bé chỉ mới 8 tuổi mà đã có thể có được sự cảm ứng linh diệu như thế, huống chi là các bậc đại Bồ Tát?

Khi ấy, Bồ Tát *Văn-thù* hỏi đồng nữ Diệu Huệ:

- Cô trụ nơi pháp gì mà phát khởi đại nguyện chí thành như thế?

Đồng nữ Diệu Huệ đáp:

- Đó không phải là câu hỏi của [bậc đại trí] Văn-thù-sư-lợi! Vì sao vậy? Vì trong pháp giới không hề có chỗ trụ.

Ngài *Văn-thù* lại hỏi:

- Thế nào gọi là *Bồ-đề*?

Đồng nữ Diệu Huệ đáp:

- Pháp không có phân biệt, gọi là Bồ-đề.

Lại hỏi:

- Thế nào gọi là Bồ Tát?

Đáp:

- [Quán xét] tất cả các pháp đều như tướng hư không, đó gọi là Bồ Tát...

Ngài *Văn-thù* tiếp tục đưa ra nhiều câu hỏi khác, nhưng đồng nữ Diệu Huệ đều đối đáp trôi chảy mạch lạc. Lúc ấy Đức Phật mới nói:

- Này *Văn-thù-sư-lợi*! Trong thời quá khứ đồng nữ Diệu Huệ này đã phát tâm *Bồ-đề* trước ta đến ba mươi kiếp. Cũng chính người này đã từng giúp cho ông được trụ nơi địa vị Vô sinh nhẫn.

Bấy giờ, ngài *Văn-thù-sư-lợi* liền đứng dậy đảnh lễ Diệu Huệ mà thưa rằng:

- Trong vô lượng kiếp quá khứ, tôi đã từng cúng dường ngài, chẳng phải đến hôm nay mới được thân cận.

Đồng nữ Diệu Huệ mới tám tuổi mà có thể khiến cho ngài

Văn-thù phải hướng về cô mà đảnh lễ. Điều này cho thấy là không thể căn cứ vào hình tướng hiện nay để phán xét người khác. Ví như đồng nữ Diệu Huệ, tuy mang thân nữ, thể hiện thân tướng yếu đuối, tầm thường, nhưng làm sao chúng ta biết được thuở quá khứ cô đã từng là một vị Bồ Tát? Bởi thế nên đối với bất cứ ai chúng ta cũng không được xem thường, đối với người sơ học cũng không thể sinh lòng kiêu ngạo.

Ngày nay không thiếu gì những người trẻ tuổi, có khi cũng mang thân nữ, nhưng là người có trí tuệ, có thể nghiệm nơi chính mình, tham dự trong các pháp hội nghe thuyết pháp một cách rất chín chắn, hiểu biết. chúng ta nên nhìn vào tấm gương đồng nữ Diệu Huệ mà tinh tấn tu tập, làm lợi ích cho mình cũng như người khác.

NÀNG LIÊN HOA SẮC THẦN THÔNG ĐỆ NHẤT

Trong Luật *Di-sa-tắc*,[1] có câu chuyện nói về một kỹ nữ rất xinh đẹp, trải qua bao đau thương và tội lỗi, rồi sau đó xuất gia tu hành chứng được quả A-la-hán. Đó là Liên Hoa Sắc, người được tôn xưng là thần thông đệ nhất của chúng Tỳ-kheo ni.

Chuyện kể:

Thuở ấy, trong thành Đức-xoa-thi-la ở Ấn Độ có gia đình kia sinh được một đứa con gái. Họ muốn dành hết tình yêu thương cho cô con gái xinh đẹp của mình, nên quyết định không sinh thêm đứa con nào nữa. Người con gái được cha mẹ thương yêu nhất đó tên là Liên Hoa Sắc.

Vào tuổi trưởng thành, nhan sắc tuyệt trần của tuổi mười tám càng rõ nét, Liên Hoa Sắc đã làm nhiều chàng trai trong thành say đắm và muốn cưới cho được cô. Do không muốn đứa con gái yêu duy nhất của mình phải theo chồng, ông bà yêu cầu chàng trai nào muốn cưới cô thì phải ở rể.

Liên Hoa Sắc vốn xinh đẹp, chồng cô cũng là một người khôi ngô tuấn tú. Sau khi kết hôn, họ sống rất đẹp đôi, hạnh phúc, làm cho nhiều đôi trai gái khác cũng thầm ao ước được như thế.

NGHIỆP CHƯỚNG LẦN THỨ NHẤT

Hạnh phúc ở thế gian thật mong manh, niềm vui chưa

---

[1] Luật Di-sa-tắc hay còn gọi là Di-sa-tắc bộ. Ngũ phần luật là Luật tạng do Di-sa-tắc bộ (Hoa Địa bộ) truyền bá.

được bao lâu, thì phụ thân của Liên Hoa Sắc qua đời, sóng gió từ đây đã bắt đầu nổi dậy.

Mẹ cô, giờ đã là người góa bụa, mặc dù tuổi đã gần bốn mươi, nhưng không chịu đựng được những đêm cô đơn lạnh lẽo, hằng ngày lại sống chung nhà, gần gũi với một chàng trai đẹp khiến bà nảy sinh ý tà, dẫn đến chuyện thông dâm với chàng rể. Sắc dục mạnh mẽ đến nỗi đôi khi làm người ta đánh mất cả lý trí, không còn biết đâu là luân thường, đạo đức, dù là với đứa con gái yêu thương nhất của mình.

Thế gian không có bức tường nào không có khe hở, việc vụng trộm nào dù kín đáo đến đâu cũng không che mắt mọi người được mãi mãi. Một đêm nọ, Liên Hoa Sắc bắt gặp mẹ và chồng mình chung chăn gối. Cô quá sầu đau về việc xấu xa này. Làm sao có thể đối diện với mọi người đây, khi mẹ và con cùng chung một chồng ư? Quá đau khổ vì việc bại luân, cô chỉ còn cách ra đi thật xa không bao giờ quay về nữa, để mau thoát ra khỏi nghiệp chướng này.

Cay nghiệt thay! Lúc này cô lại vừa mới hạ sinh một bé gái. Cô phân vân trước tình cảm mẹ con, cuối cùng là nỗi đau xé lòng cô quyết định ra đi mà phải bỏ con lại, vì mẹ, vì chồng và tương lai của con gái.

NGHIỆP CHƯỚNG LẦN THỨ HAI

Sau khi ra khỏi nhà, cô lang thang khắp nơi, xoay xở mọi cách để tìm việc nuôi thân. Cô phiêu bạc đến phương nam, thành *Ba-la-nại*. Đói khát, mệt mỏi, sức lực cạn dần, cô thấy con đường phía trước thật mờ mịt. Người phụ nữ muốn ở một mình mà có được cuộc sống yên lành nơi đất lạ giữa biển người mênh mông này không phải là chuyện dễ. Tiến thối lưỡng nan, suy nghĩ đắn đo, cuối cùng cô quyết định phải chấp nhận một người đàn ông nữa để đời mình có nơi nương tựa. Nhờ có nhan sắc, cô làm vợ một thương gia giàu có ở thành *Ba-la-nại*, tuổi đã ngoài năm mươi.

Cuộc hôn nhân lần thứ hai này tạm ổn trong nhiều năm trước khi sóng gió lại tiếp tục nổi lên.

Người chồng tái hôn lần này vì là thương gia nên việc phải đi làm ăn buôn bán khắp nơi là chuyện thường. Ông luôn phải sống cuộc sống nay chỗ này, mai chỗ khác. Một hôm, ông đến thành Đức-xoa-thi-la, đúng ngay quê hương của Liên Hoa Sắc. Sau khi buôn bán xong ông trở về nhà, lần này ông có dẫn theo một tiểu thiếp mới mười bảy tuổi, rất xinh đẹp.

Muốn sống lén lút với cô này, không để cho Liên Hoa Sắc biết, ông mua một căn nhà khác cùng trong thành cho người thiếp này ở. Việc ông đi sớm về khuya nhiều lần, có khi cả đêm cũng không về nhà, kéo dài được một thời gian khá lâu. Nhưng rồi Liên Hoa Sắc sinh nghi và cũng có nghe đồn về cô tiểu thiếp của chồng mình. Khi cho người đi thăm dò thì quả đúng như lời đồn.

Vốn là người khoan dung độ lượng, cô bình tĩnh nói với chồng là đã biết chuyện của ông và khuyên nên đưa cô tiểu thiếp đó về ở chung. Người chồng thấy cô quả là người vợ tốt, tự thấy có lỗi nên nghe lời để cho cô tiểu thiếp về ở chung trong nhà với vợ.

Tuổi người tiểu thiếp nhỏ hơn Liên Hoa Sắc tới mười tám tuổi, nhưng vẻ đẹp hai người chẳng khác nhau, đặc biệt là hai người giống nhau từ ánh mắt cho tới nụ cười. Họ sống hòa thuận trong gia đình thật êm ấm được một thời gian. Một hôm tình cờ khi người vợ lẽ đang gội đầu, Liên Hoa Sắc nhận ra được một vết son giống hệt như trên người của con gái mình khi xưa. Cảm thấy vô cùng sợ hãi, cô liền dồn dập hỏi về gia cảnh xuất thân của người thiếp. Cô gái không hiểu gì, thành thật kể rõ tên tuổi, nơi ở và hoàn cảnh của mình.

Sau khi nghe cô tiểu thiếp kể về thân thế, biết đây chính là con gái của mình đã bỏ lại quê nhà ở thành *Đức-xoa-thi-la* khi xưa. Liên Hoa Sắc cảm thấy đất trời như đảo lộn, ngã quỵ xuống đất.

Nghiệp chướng một lần nữa lại đến. Ngày xưa, người mẹ yêu thương của cô đã cướp mất chồng mình, giờ đây lại sống chung một chồng cùng con gái. Đau đớn tột cùng, cô như người điên dại, lần thứ hai cô lại bỏ nhà ra đi. Từ việc uất hận, cô tìm đến kỹ viện dùng nhan sắc mình làm trò mua vui để trả thù đời.

NGÀI MỤC-KIỀN-LIÊN DẠY PHÁP SÁM HỐI

Đã hơn ba mươi tuổi, nhưng dung nhan Liên Hoa Sắc vẫn còn xinh đẹp mặn mà. Từ một người vốn hiền lương, trọng nghĩa, nhưng khi vào nơi kỹ viện lầu xanh cô đã trở thành một con người dám làm những điều bất nghĩa để có được tiền. Lần sau cùng việc tội lỗi nhất mà người ta thuê cô làm là họ hứa sẽ cho cô nhiều tiền, nếu cô làm mất giới hạnh của một bậc chân tu. Những kẻ ngoại đạo muốn hạ uy tín của Tôn giả *Mục-kiền-liên* nên dùng tiền sai khiến cô dùng nhan sắc để quyến rũ Ngài.

Tôn giả *Mục-kiền-liên* là đệ tử lớn của Phật, giới hạnh đoan nghiêm, biện tài xuất chúng, đã giáo hóa được rất nhiều người theo Phật. Đức hạnh và sự giáo hóa của ngài đã lấy mất đi nhiều môn đồ của các giáo phái ngoại đạo, nên họ muốn dùng Liên Hoa Sắc để phá giới hạnh của ngài và làm mất đi sự thanh tịnh của Tăng đoàn, cũng là để hạ uy tín của đức Phật.

Liên Hoa Sắc nổi tiếng là nhan sắc cực kỳ diễm lệ, nói năng ngọt ngào quyến rũ, đã từng làm điêu đứng bao người đàn ông nhẹ lòng, háo sắc. Khi gặp Tôn giả *Mục-kiền-liên*, cô cũng đem những sở trường của mình ra để chinh phục. Nhưng với lòng thanh tịnh trong sáng, Tôn giả biết được âm mưu của Liên Hoa Sắc, ngài từ bi nói:

- Bà thật đáng thương! Thôi đừng nên vì tiền mà theo sự sai khiến của người ác làm điều tội lỗi nữa. Vì nghiệp chướng xưa kia nên bà phải chịu khổ nhiều rồi, nếu như bà không biết ăn năn sám hối, cứ mãi chìm đắm trong hận thù tội lỗi như thế thì làm sao có ngày thoát khỏi khổ đau?

Liên Hoa Sắc vừa nghe những lời ấy xong, trong lòng rúng động, không ngờ ngài đã biết được mưu đồ của bà mà vẫn dùng lời từ bi khuyên dạy. Trong lòng cảm thấy hối hận, bà quỳ xuống khóc nức nở rồi nói:

- Thưa Tôn giả! Con muốn quay về đời sống thuần lương, nhưng thế gian không cảm thông cho con. Con rất đau khổ luôn phải sống trong sự khinh miệt chối bỏ của mọi người, con biết nghiệp chướng oan khiên mà con đã gây ra quá nhiều, không thể nào cứu vớt được.

Ngài *Mục-kiền-liên* liền an ủi:

- Bà đừng quá đau khổ, nếu như bà thật tâm hướng thiện thì cũng có thể cứu được. Như nước đục của trăm sông chảy về biển cả, cuối cùng nước vẫn trong sạch. Đức Phật có dạy: “Nếu như tâm mình thanh tịnh thì những ô uế trước đây sẽ không còn nữa.” Bà nên đến chỗ Đức Phật xin quy y xuất gia không tốt hơn sao?

Liên Hoa Sắc nghe xong lòng hết sức vui mừng, lạy tạ. Tôn giả thấy bà đã thức tỉnh liền hướng dẫn bà về tinh xá bái kiến Đức Phật, và bà đã được Phật độ cho xuất gia.

Trải nghiệm trong cuộc đời, chứng kiến nhiều đau khổ, nên khi được xuất gia, bà thành tâm tu học, siêng năng tinh tấn, không bao lâu chứng được quả A-la-hán, thần thông bậc nhất.

Câu chuyện trên cho thấy rằng ta không nên cố chấp vào nhân xấu trước kia, chỉ cần ngay trong hiện tại biết tỉnh thức, thay đổi cách nghĩ là sẽ chuyển hóa được nhân xấu để kết thành quả tốt. Với những người dễ sa ngã và đang đau khổ, tấm gương của bà Liên Hoa Sắc này có thể là lời cảnh tỉnh, hãy nhận biết đâu là nghiệp chướng, can đảm vượt qua rồi gieo trồng lại căn lành, tạo thiện nghiệp, sửa chữa lỗi lầm, tinh tấn tu hành để đời đời được sống trong Chánh pháp, thiện duyên.

TỲ-KHEO NI ĐẠI ÁI ĐẠO VỊ NI TRƯỞNG ĐẦU TIÊN

Trong kinh *Phật Bản Hạnh* và kinh *Trung Bản Khởi* có ghi lại câu chuyện của tỳ-kheo ni Đại Ái Đạo, vị tỳ-kheo ni đầu tiên trong ni giới. Khi chưa xuất gia bà tên là *Kiều-đàm-di* (*Gotamī*), mang nghĩa là người phụ nữ thuộc dòng họ Cồ-đàm (*Gotama*). Bà là con vua Thiện Giác nước Câu-lợi, là em hoàng hậu *Ma-da* và là di mẫu của thái tử *Tất-đạt-đa*. Sau khi xuất gia, bà được gọi với tên là *Ma-ha Ba-xà-ba-đề* (*Mahāprajāpatī*), dịch nghĩa sang Hán ngữ là Đại Ái Đạo (大愛道).

Chuyện kể:

Hoàng hậu *Ma-da* sau khi sinh thái tử *Tất-đạt-đa* được bảy ngày thì mạng chung. Di mẫu *Kiều-đàm-di* thay chị chăm lo cho thái tử.

Phu nhân *Kiều-đàm-di* dung mạo xinh đẹp, tính nết đoan trang, hiền lành, khả ái, phẩm hạnh của bà thật thánh thiện cao cả. Chẳng những trong cung ai cũng ngưỡng mộ cung kính, mà cả vua Tịnh Phạn cũng rất sủng ái bà. Sau khi hoàng hậu qua đời, bà được đưa vào vị trí thay thế hoàng hậu. Mặc dù sau này bà sinh ra hoàng tử *Nan-đà*, nhưng vẫn luôn yêu thương thái tử *Tất-đạt-đa* như con đẻ.

Lúc thái tử còn nhỏ, đã có ba mươi hai cung nữ hầu hạ, nhưng bà *Kiều-đàm-di* cũng không yên lòng, Bà muốn chính mình tự tay chăm sóc thái tử từ giấc ngủ, miếng ăn, kể cả việc nhỏ nhất như chọn quần áo v.v... mỗi mỗi đều một tay bà sắp xếp. Thái tử dù đã mất mẹ, nhưng bù lại được dì thương yêu chăm sóc chu đáo như mẹ ruột.

Mười chín tuổi, thái tử đã nhận biết cõi đời là tạm bợ, thân này không thật nên vô cùng thương xót chúng sinh còn mãi chìm đắm trong ngũ dục, si mê. Ngài muốn tìm cách độ hết thảy chúng sinh thoát khỏi vòng luân hồi sinh tử.

Thế rồi, ngài từ bỏ dục lạc thế gian, một mình vượt thành vào rừng xuất gia tu khổ hạnh. *Kiều-đàm-di* nghe tin thái tử xuất gia thì đau buồn, nhớ thương bằng sự quan tâm lo lắng của người mẹ khi thấy đứa con cành vàng lá ngọc của mình giờ đây phải chịu sống đời cơ cực, kham khổ giữa núi rừng hoang vu tịch mịch. Nghĩ như thế nên lòng bà đau như cắt.

NĂM TRĂM NGƯỜI NỮ XIN PHẬT XUẤT GIA

Sau khi thái tử thành Phật, trước tiên ngài đến nước *Ba-la-nại* và *Ma-kiệt-đà* để giáo hóa. Trải qua thời gian khoảng hai mươi ba năm, đức Phật mới trở về *Ca-tỳ-la-vệ* - quê hương trước kia của ngài - để thuyết pháp. Những vị vương tôn trong dòng tộc như hoàng tử *Bạt-đề*, *A-na-luật*, *Nan-đà* đều được Phật hóa độ cho xuất gia, và cả *La-hầu-la* – con trai của thái tử ngày trước - cũng được thọ giới xuất gia theo Phật.

Phu nhân *Kiều-đàm-di* nhìn thấy hình ảnh đó, bà phát khởi thiện căn nên đến trước Thế Tôn cầu xin ngài cho bà được xuất gia nhập chúng theo cùng Tăng đoàn.

Lúc bấy giờ trong tăng đoàn của Phật không có tỳ-kheo ni. Đối với lời cầu xin của phu nhân *Kiều-đàm-di*, đức Thế Tôn không đồng ý. Ngài bảo bà chỉ nên sống đời cư sĩ tại gia học Phật pháp, quy y Tam bảo, thọ trì năm giới, nếu quyết chí tu cũng có thể được lợi ích lớn lao trong đời này và đời sau.

Nhưng *Kiều-đàm-di* không mãn nguyện với điều đó, nên mỗi lần Thế Tôn trở về cung thuyết pháp bà vẫn kiên nhẫn cầu xin cho bà được xuất gia.

Một hôm, đích thân bà may hai tấm y đem đến vườn *Ni-câu-luật* nơi đức Phật ở để dâng cúng. Đức Thế Tôn nói:

- Hai tấm y mà phu nhân dâng cúng, Như Lai hoan hỷ nhận một tấm, còn lại phu nhân nên cúng dường cho chúng tăng.

Được đức Phật nhận y, bà hết sức vui mừng, nhân cơ hội này liền chắp tay bạch Phật:

- Kính bạch đức Thế Tôn! Xin thương xót cho hàng nữ giới chúng con cũng được y theo chánh pháp xuất gia, thọ cụ túc giới.

Đức Phật bảo:

- Phu nhân chớ nói như thế! Người nữ tu tại gia cũng là tốt lắm rồi. Nay ta đã xét kỹ, nếu cho nữ giới xuất gia, nhập vào Tăng đoàn của Như Lai thì sẽ có thể gây nhiều ảnh hưởng không tốt đến Tăng đoàn về sau.

Đã ba lần cầu xin đều bị Phật từ chối, nhưng phu nhân *Kiều-đàm-di* vẫn kiên nhẫn đợi chờ. Với sự chân thành tha thiết muốn được xuất gia và cũng để tỏ lòng thành khẩn, nên sau khi đức Phật đã dẫn Tăng đoàn từ *Tỳ-xá-ly* về tinh xá *Na-ma-đề-ni*, bà liền cùng năm trăm người nữ lập nguyện khổ hạnh, đi chân trần đến tinh xá *Na-ma-đề-ni* để một lần nữa cầu xin đức Phật cho phép xuất gia. Những đôi chân đài các của hàng mệnh phụ đều bị rướm máu vì trên đường đi đầy chông gai đá sỏi, nhưng họ vẫn quyết tâm đi đến nơi để cầu xin đức Phật cho phép được xuất gia.

Lúc này, tôn giả *A-nan* thấy di mẫu và năm trăm người nữ lấy sự khổ hạnh chân trần rướm máu làm hạnh nguyện xuất gia, khiến ngài không đành lòng nên cũng một lòng nói giúp. Ngài tha thiết đến cầu xin Phật lần nữa, lại nhắc đến công ơn của bà *Kiều-đàm-di* từng nuôi nấng chăm lo cho Thế Tôn từ khi còn ở hoàng cung, thương yêu lo lắng như người mẹ ruột thương con v.v...

Cuối cùng, trước sự kiên trì, thành khẩn của bà Kiều-đàm-di và 500 vị mệnh phụ phu nhân cùng với sự tha thiết khẩn cầu của tôn giả A-nan, đức Thế Tôn nhận thấy không thể nào giải thích để họ từ bỏ sự mong muốn được gia nhập Tăng đoàn, nên ngài đành miễn cưỡng chấp nhận thỉnh cầu. Tuy nhiên, nhằm hạn chế những bất ổn có thể xảy ra cho Tăng đoàn về sau, ngài đã đưa ra một số điều kiện mà ni giới phải tuân thủ, gọi là Bát kỉnh pháp. Đức Phật dạy rõ, nếu nữ giới có thể tự nguyện vâng giữ theo Bát kỉnh pháp thì cho phép xuất gia.

Ngài *A-nan* bạch Phật:

- Bạch Đức Thế Tôn! Nếu đồng ý cho phép họ xuất gia thì dù có đưa ra giới pháp gì họ cũng sẽ hoan hỷ tuân theo.

"Người có ý chí, ắt việc gì cũng thành". Phu nhân *Kiều-đàm-di* được xuất gia làm *tỳ-kheo ni* đầu tiên trong Tăng đoàn, năm trăm người nữ theo bà cũng được xuất gia như vậy.

VỊ NI TRƯỞNG ĐẦU TIÊN

Sau khi xuất gia, thọ giới tỳ-kheo ni, bà *Kiều-đàm-di* có pháp danh là *Ma-ha Ba-xà-ba-đề* (*Mahāprajāpatī*), dịch nghĩa sang Hán ngữ là Đại Ái Đạo (大愛道). Bà hết sức kính cẩn thực hành theo lời Phật dạy. Đối với mọi người, bà không còn nghĩ rằng mình là hoàng hậu của nước *Ca-tỳ-la-vệ*, và cũng không ỷ thế là di mẫu của đức Phật. Bà luôn khiêm cung, tinh tấn, nhiệt tình với mọi việc.

Sau khi xuất gia, bà được giao trách nhiệm lãnh đạo Ni chúng. Các vị đại trưởng lão trong Tăng đoàn cũng rất kính trọng bà.

Tỳ-kheo ni Đại Ái Đạo vừa góp phần giáo hóa ni chúng, vừa làm công tác từ thiện với dân nghèo. Với người bệnh hoặc các nạn nhân bị thiên tai lũ lụt, bà vui vẻ đến thăm hỏi, cứu trợ. Bà lại hay khuyên nhủ thanh thiếu niên thường xuyên đi tham dự các pháp hội để học Phật pháp. Ngoài ra bà còn động viên mọi người nên quy y để nương theo Tam bảo mà làm cho cuộc sống tốt đẹp hơn. Nhờ sự khuyên dạy của bà mà nhiều gia đình biết quay về nương tựa nơi Tam bảo, có được cuộc sống hạnh phúc.

Tỳ-kheo ni Đại Ái Đạo phụng hành theo lời Phật dạy, truyền bá giáo pháp cho ni chúng và hàng Phật tử. Nhờ đó mà Phật pháp trong hàng ni giới được phát triển nhanh chóng.

Dù được Thế Tôn giao lãnh đạo ni đoàn, bà cũng không có tâm kiêu ngạo, khinh mạn. Đối với những vị mới xuất gia, bà đều đưa đến các vị hòa thượng để xin thọ giới pháp.

Bà răn nhắc chính bản thân mình và ni chúng luôn giữ gìn theo Bát kỉnh pháp. Hằng tháng vào ngày 15, bà hướng dẫn ni chúng đến nương chúng tăng mà thực hành *bố-tát* và nhận sự giáo giới. Mỗi năm ba tháng, tỳ-kheo ni được theo chúng tăng để an cư, kiết hạ, vì theo luật, tỳ-kheo ni không được sống một mình nơi vắng vẻ mà không có chư tăng.

Bà cẩn thận gìn giữ Bát kỉnh pháp, đặc biệt cấm không cho chúng ni nói lỗi của tỳ-kheo. Tỳ-kheo ni khi phạm giới, trong nửa tháng phải đến trước hai bộ chúng xin sám hối. Dù tỳ-kheo ni tuổi già hay tuổi đạo lớn hơn nhưng khi gặp một vị tỳ-kheo trẻ cũng phải cung kính đảnh lễ. Tỳ-kheo ni nếu có nghi hoặc không thông về giáo lý, lúc rảnh rỗi hay trong khi học Phật pháp, nên đến trước hòa thượng giáo thọ mà thưa hỏi. Tỳ-kheo ni hỏi tỳ-kheo, nếu như tỳ-kheo không nghe thì tỳ-kheo ni không được hỏi lại. Tỳ-kheo ni đối với một vị tăng phải giữ đúng lễ theo Bát kỉnh pháp.

Đại Ái Đạo và ni chúng được Thế Tôn chỉ dạy cặn kẽ, nhờ đó mà ni đoàn luôn phụng hành theo giáo pháp rất nghiêm cẩn.

TUY MANG THÂN NỮ NHƯNG ĐẦY ĐỦ ĐỨC TÍNH TRƯỢNG PHU

Tỳ-kheo-ni Đại Ái Đạo lãnh đạo ni đoàn, nhưng bà và ni chúng cũng không tùy tiện thâu nhận đồ chúng, không tùy tiện đi khất thực. Y phục của họ thống nhất một màu, một loại, khi đi đâu họ không đi một mình, đi xa trên tay không mang theo đãy đầy đồ đạc, không liên hệ qua lại với cư sĩ hay ở nhà thế tục... Mọi việc trên, ni chúng đều tuân thủ theo giới luật, thực hành thật nghiêm chỉnh. Bà bảo với chúng ni rằng:

- Các vị đã xuất gia làm tỳ-kheo ni, thì phải dứt bỏ tâm mong cầu danh thơm, lợi dưỡng, tuyệt đối không được có tâm ngạo mạn khi có được chút danh vị. Tu là phải luôn tỉnh giác, tỉnh giác trong mọi sinh hoạt hằng ngày, không nên nói nhiều, thường yên tĩnh là đức tính tốt của người nữ!

Đại Ái Đạo xứng đáng là một vị tỳ-kheo ni đầu tiên, xứng đáng là người lãnh đạo ni đoàn. Chấp nhận cho người nữ xuất gia, Thế Tôn hy vọng ni giới có thể học theo hạnh của tỳ-kheo ni Đại Ái Đạo mà làm cho giáo pháp của Đức Phật không bị mai một.

Đại Ái Đạo sống hơn chín mươi tuổi mới nhập Niết-bàn. Lúc ấy, Đức Phật đứng trước hội chúng tán thán bà:

- Này chư tỳ-kheo! Các ông đừng nên xem thường tỳ-kheo ni Đại Ái Đạo là người nữ. Tuy là thân nữ nhưng lại có đức tính trượng phu, là người có đức hạnh cao cả, xứng đáng làm gương cho Tăng đoàn mai sau.

Đức Phật đối trước hội chúng tán thán đức hạnh của bà vì muốn hàng nữ giới sau này hãy noi theo tấm gương sáng của tỳ-kheo ni Đại Ái Đạo mà tu học, nhất là tấm gương về Bát kỉnh pháp.

MA-ĐĂNG-GIÀ XUẤT GIA CHỨNG QUẢ

Trong kinh *Ma-đăng-già* và kinh Thủ Lăng Nghiêm có chuyện kể về một cô gái tên *Ma-đăng-già*. Cô vốn là con của một gia đình thuộc giai cấp nô lệ *Thủ-đà-la*. Vì say mê dung mạo của tôn giả A-nan, cô đã dùng bùa chú nhằm mê hoặc tôn giả nhưng thất bại. Về sau, cô được đức Phật hóa độ cho xuất gia, tu hành tinh tấn, chứng quả A-la-hán.

Chuyện kể:

Một hôm, tôn giả *A-nan* ôm bình bát đi từ tinh xá Kỳ Viên vào nội thành khất thực. Trên đường đi, tôn giả trông thấy bên đường có một hồ nước lớn. Lúc đó, *Ma-đăng-già* đang múc nước bên bờ hồ, tôn giả *A-nan* vì khát nước nên bước tới chỗ cô gái và nói:

- Xin thí chủ vui lòng cho tôi xin bát nước.

Ma-đăng-già tự nghĩ mình thân phận thấp hèn nên không dám đem nước đến cho vị sa-môn. Ngài *A-nan* hiểu được tâm trạng của cô nên nhẹ nhàng nói:

- Thưa cô! Người sa-môn đối với mọi người đều bình đẳng, không phân biệt sang hèn, giai cấp, cô đừng ngại, xin hoan hỷ cho tôi bát nước!

Ma-đăng-già nghe được những lời từ ái bình đẳng này, lòng rất vui mừng, hai tay bưng bát nước dâng lên cúng dường. Ngài *A-nan* thọ nhận bát nước xong, cám ơn rồi từ tạ ra đi.

Ma-đăng-già dõi mắt nhìn theo lòng bồi hồi xao xuyến,

cô tưởng nhớ đến hình bóng của Ngài, từ dáng đứng cho đến bước đi khoan thai sao mà thanh thoát, trang nhã và đẹp đẽ đến thế! Cô cũng thấy xúc động mạnh mẽ bởi lời nói khiêm tốn, nhẹ nhàng mà dứt khoát của ngài, vì đây là lần đầu tiên có người tôn trọng cô, xem cô bình đẳng như mọi người khác, cho dù cô thuộc về một giai cấp thấp hèn nhất thời đó. Tất cả những điều trên làm cho trong lòng *Ma-đăng-già* cứ mải mê tơ tưởng đến vị tỳ-kheo trẻ đẹp ấy và say đắm ước mơ.

Sau khi về nhà, *Ma-đăng-già* ngày đêm tưởng nhớ đến A-nan, không nói không cười, chỉ biết giam mình trong phòng riêng, lâu ngày đến phát bệnh. Người mẹ nhìn thấy con gái ngày một xanh xao gầy guộc đi thì rất lo âu, nhiều lần gạn hỏi. Cuối cùng, *Ma-đăng-già* cũng ngượng ngập nói ra sự thật.

- Ngay lần đầu gặp tôn giả A-nan, con đã biết yêu. Mẹ ơi! Xin mẹ hãy vì con mà nghĩ ra cách nào để con có được A-nan. Con sẽ chết mất nếu như không được gần gũi người.

Nghe con gái thổ lộ, bà mẹ cau mày nói:

- Này con! Trong hôn nhân, có hai loại người mà mẹ không thể nào cưới cho con được. Một là người đã đoạn trừ ái dục, hai là người đã chết. Nghe nói đệ tử của Như Lai đều phải đoạn trừ ái dục. Tôn giả *A-nan* là người có đức hạnh cao cả, là đệ tử của Như Lai. Con hãy bỏ ảo tưởng này đi.

Ma-đăng-già thất vọng, cô đau khổ nghẹn ngào nói trong nước mắt:

- Nếu như mẹ không cưới được *A-nan* cho con thì con cũng không muốn sống trên cõi đời này nữa.

Đau khổ nhìn con, bà đành quên đi *A-nan* là một vị sa-môn đức hạnh. Tình thương dành riêng cho con mình đã lấn át lý trí. Bà không muốn thấy con mình chết trong đau khổ, bèn nghĩ cách sẽ dùng chú tiên Ta-tỳ-ka-la Phạm Thiên của ngoại đạo làm cho tâm trí ngài *A-nan* bị che mờ, mê muội, không còn làm chủ bản thân được để đưa A-nan vào lưới dục. Sức mạnh của chú tiên này là vậy và bà không còn cách nào khác để cứu con mình.

Thế mới hay tình yêu của thế gian là một thứ tình ràng buộc, ích kỷ. Tình yêu mãnh liệt của *Ma-đăng-già* chỉ biết chạy theo con tim nên không còn lý trí, bất chấp cả sinh mạng nếu không chiếm hữu được người mình thương. Tình yêu của người mẹ chỉ biết có con mình là hơn hết, khiến bà trở nên mù quáng, bất chấp cả tội lỗi dù với một vị sa-môn khả kính như tôn giả *A-nan*.

A-NAN CẦU PHẬT GIẢI CỨU – THOÁT KHỎI TÀ THUẬT

Như mọi ngày, tôn giả *A-nan* ôm bát vào nội thành khất thực. Khi thấy *A-nan* đi ngang qua trước cửa nhà, *Ma-đăng-già* hết sức vui mừng bước tới xá chào rồi thưa:

- Bạch Tôn giả! Hôm nay con xin thỉnh Ngài vào nhà để gia đình con được cúng dường.

Ngài *A-nan* còn đang do dự tìm cách chối từ, thì bà mẹ của *Ma-đăng-già* cũng bước tới tha thiết mời Tôn giả vào nhà, cùng lúc bà niệm chú tiên *Ta-tỳ-ka-la* của Phạm Thiên. Lúc này, A-nan cảm thấy thần trí trở nên hỗn loạn. Hiệu lực của thần chú đã khống chế được *A-nan*. Tôn giả không tự chủ được, bước vào trong nhà như cái xác không hồn. *Ma-đăng-già* không kềm được cảm xúc, ôm chầm lấy *A-nan*, tỏ tình thương nhớ, sau đó cô đưa Tôn giả vào phòng riêng của mình.

Tôn giả *A-nan* lúc này thần trí mơ màng giống như mặt trăng bị mây đen che kín, lờ mờ khi tỉnh, khi mê. Trong khoảnh khắc hơi tỉnh đó, Ngài cố hết sức kháng cự và khẩn thiết cầu cứu với đức Như Lai “Thế Tôn đại từ bi! Xin hãy mau cứu con! Xưa con đã tạo nhân gì, mà nay gặp phải tai nạn này.”

Lúc này, đức Phật dùng thiên nhãn quán xét, thấy *A-nan* đang gặp nạn, liền từ nơi đỉnh nhục kế phóng hào quang hiện ra sen báu, có hóa thân đức Phật ngồi kiết già tĩnh tọa, đồng thời lại nói thần chú bí mật, xong bảo ngài *Văn-thù-sư-lợi* đem thần chú ấy đến dẹp trừ tà chú để giải cứu *A-nan*.

Lập tức ngài *Văn-thù-sư-lợi* phóng ánh sáng chiếu đến chỗ *A-nan*. Lúc bấy giờ, nhờ thần chú của Như Lai, *A-nan* như được hào quang của Thế Tôn xua đi đám mây đen tối, bỗng nhiên tâm trí được khai thông, bừng lên tỉnh giác. A-nan thoát ra khỏi vòng tay sắc dục của *Ma-đăng-già*, nhanh chân một mạch về tinh xá Kỳ Viên.

Ma-đăng-già nhờ thần lực của thần chú Phật đảnh nên tâm ái dục tiêu trừ, chứng quả A-na-hàm, xuất gia theo Phật, không bao lâu sau lại chứng được quả A-la-hán. Có một số tỳ-kheo nhìn thấy thành quả tu tập của cô mà tự hổ thẹn! Phẩm hạnh của tỳ-kheo ni *Ma-đăng-già* về sau lan tỏa khắp nơi, nhiều người trong thành nghe được tin này ai nấy cũng đều cảm phục, mọi người hướng về cô sinh tâm cung kính cúng dường.

LỘC MẪU TỲ-XÁ-KHƯ BỐ THÍ ĐỆ NHẤT

Trong Luật Tứ Phần có câu chuyện kể về Lộc Tử Mẫu *Tỳ-xá-khư* là người thực hành hạnh bố thí đệ nhất. Bà vốn là một nữ trưởng giả ở nước *Ương-già*, lớn lên cô được gả cho *Di-ca-la* con của *A-ba-đà-na* ở thành *Xá-vệ*.

Chuyện kể:

Vào thời bấy giờ, tinh xá Kỳ Viên là nơi Đức Phật an trụ cùng chúng đệ tử. Đối với Đức Phật và các đệ tử ngài, dân chúng thành *Xá-vệ* đều rất hoan nghênh ủng hộ, luôn thành kính cúng dường.

Một hôm, bà *Tỳ-xá-khư* đến gặp Phật, lễ lạy xong rồi cung kính bạch Phật rằng:

- Bạch đức Thế Tôn! Con tên Tỳ-xá-khư, hiện ở thành *Xá-vệ* này, nay con đến đây đảnh lễ kính thỉnh Thế Tôn và chúng tăng từ bi hoan hỷ đến nhà để con được cúng dường, mong gieo hạt giống lành trên ruộng phước điền Chánh pháp.

Đức Phật hoan hỷ chấp thuận lời thỉnh cầu chân thành của Tỳ-xá-khư. Hôm sau Thế Tôn và chư tăng đến nhà bà thọ nhận sự cúng dường.

Khi kết thúc buổi thọ trai, Tỳ-xá-khư đến trước Thế Tôn và chư tăng đảnh lễ cảm tạ rồi xin phép được nói ra tám điều mà bà hằng mong muốn, thỉnh cầu Thế Tôn từ bi hứa khả.

Đức Phật hoan hỷ và bảo bà hãy nói lên nguyện vọng của mình.

THỰC HÀNH HẠNH CÚNG DƯỜNG VỚI TÁM ĐIỀU MONG MUỐN

Tỳ-xá-khư liền thưa rằng:

- Kính bạch Đức Thế Tôn! Tám nguyện vọng của con là:

1. Được cúng dường y phục dùng để tắm mưa ngoài trời cho Thế Tôn và chư tăng.
2. Được cúng dường các vị tỳ-kheo mới gia nhập vào Tăng đoàn.
3. Được cúng dường thức ăn và tiền cho những tỳ-kheo du phương hành cước.
4. Được cúng dường thuốc thang cho các tỳ-kheo bị bệnh.
5. Được cúng dường những thức ăn riêng cho các tỳ-kheo đang bệnh.
6. Được cúng dường cho những tỳ-kheo đang chăm sóc cho người bị bệnh.
7. Được cúng dường thường xuyên cháo cho tinh xá.
8. Được cúng dường đồ mặc để tắm ngoài trời cho tỳ-kheo ni.

Bạch Đức Thế Tôn! Đây là tám điều mà con xin được thực hiện. Cúi mong Thế Tôn từ bi hoan hỷ xem xét.

NHÂN DUYÊN CÚNG DƯỜNG THÙ THẮNG

Đức Phật biết được sự mong muốn của Tỳ-xá-khư nhưng Ngài cũng hỏi để cho bà trình bày thêm:

- Này Tỳ-xá-khư! Người thật muốn cúng dường thì tâm phải rộng rãi như hư không, không có giới hạn. Vả lại, nguyên do nào mà bà xin Như Lai cho được cúng dường tám điều trên?

Bà Tỳ-xá-khư bạch Phật:

– Bạch đức Thế Tôn!

Nguyên nhân của điều thứ nhất là:

Con có bảo đứa tớ gái đến thỉnh Thế Tôn và chúng tăng tới nhà thọ trai. Khi đến tinh xá thì trời đang mưa, nhìn vào trong nó chỉ thấy một số người đang lõa hình tắm mưa, nó hốt hoảng quay về.

Sau này con nghe nói chúng tăng mỗi khi trời mưa, trong tinh xá các thầy cởi hết y ra để tắm mưa ngoài trời. Đứa tớ gái của con đi đến thỉnh Phật và chúng tăng, ở xa nhìn thấy như thế tưởng là ngoại đạo, nên trở về thưa với con là không có chúng tăng ở trong tinh xá. Theo con nghĩ, để giữ oai nghi cho một vị tăng, cần phải mặc loại quần áo riêng khi tắm mưa, cho nên con muốn cúng dường cho chúng tăng bộ y phục này.

Nguyên nhân của điều thứ hai là:

Những vị tỳ-kheo mới xuất gia, chưa biết trong thành nào có người cúng dường để đến đó khất thực. Không biết chỗ thì làm sao có thức ăn, nên con suy nghĩ cần phải cúng dường thức ăn cho những vị tỳ-kheo mới gia nhập tăng đoàn.

Nguyên nhân của điều thứ ba là:

Khi khất thực thí chủ không cúng tiền, còn những vị tỳ-kheo du phương hành cước thì cần có tiền để chi dùng cho nhiều phương tiện, cho nên con xin cúng dường tiền cho các tỳ-kheo du phương hành cước.

Nguyên nhân của điều thứ tư là:

Nếu bị bệnh mà không có thuốc men thì làm sao khỏi được? Vì vậy con mong muốn cúng dường thuốc thang cho những vị tỳ-kheo bị bệnh.

Nguyên nhân của điều thứ năm là:

Con nghĩ cần phải có các thức ăn riêng để người bệnh ăn được mau khỏe, nên con xin cúng dường các thức ăn ấy cho những vị tỳ-kheo bị bệnh.

Nguyên nhân của điều thứ sáu là:

Đối với các vị có trách nhiệm chăm sóc người bị bệnh, họ vừa phải lo chữa trị chăm nom, vừa phải đi khất thực, thật bất tiện. Cho nên con xin được cúng dường cho những vị tỳ-kheo này.

Nguyên nhân của điều thứ bảy là:

Con thường nghe Thế Tôn tán thán về việc dùng cháo có nhiều lợi ích, mà buổi chiều các thầy tỳ-kheo không được đi khất thực. Vì vậy con xin cúng dường cháo thường xuyên để chúng tăng dùng cho khỏe.

Nguyên nhân của điều thứ tám là:

Bờ sông là nơi người ta hay ra đó tắm giặt. Các vị tỳ-kheo ni cũng thường đến chỗ có người nữ tắm để tắm chung. Trong số đó cũng có các kỹ nữ, đôi khi họ thấy hình thể của các vị tỳ-kheo ni nên trêu ghẹo nhiều điều khó nghe. Nếu như tỳ-kheo ni không mặc y phục dày để tắm thì thật là phiền phức.

Vì tất cả các nguyên nhân trên nên con mong muốn được cúng dường những nhu yếu cần cho chư tăng ni để phần nào tạo điều kiện thật tốt, thật thuận lợi cho người xuất gia yên tâm tu học.

HOAN HỶ CÚNG DƯỜNG TÂM ĐƯỢC AN VUI

Sau khi nghe những lời cầu xin cúng dường của *Tỳ-xá-khư*, đức Thế Tôn im lặng giây lâu rồi hỏi lại lần nữa:

- Này Tỳ-xá-khư! Bà phát tâm như vậy là đã hiểu được ý ta, nhưng việc này đối với cô có lợi ích gì?

Tỳ-xá-khư đáp:

- Bạch đức Thế Tôn! Con sẽ vui mừng xiết bao khi biết những vị mà con từng cúng dường đã được thành tựu đạo quả viên thành, vào Niết-bàn, chứng quả A-la-hán, đầy đủ năng lực để giáo hóa, cứu giúp chúng sinh. Nhờ sự cúng dường này đã đem đến những điều kiện thuận lợi cho chư tăng ni, giúp cho các vị có thể dốc lòng tiến tu để khi được thành quả viên mãn, các vị sẽ là người hoằng bá Phật pháp làm lợi ích cho hàng Phật tử, khiến chúng con được an vui, bớt khổ và cũng nhờ công đức ấy mà chúng con luôn được kết duyên lành với Chánh pháp. Bạch đức Thế Tôn! Đó là tám điều lợi ích mà chúng con hằng mong muốn.

Đức Phật nghe *Tỳ-xá-khư* nói như vậy rồi, rất hoan hỷ và tán thán:

- Bà có tâm nguyện như vậy rất tốt, Như Lai vô cùng hoan hỷ chấp thuận và nhắc nhở bà cũng nên biết chân thành cúng dường thì phải sinh tâm vui vẻ, tôn trọng sự cúng dường, không được có tâm tiếc rẻ, cũng không mong cầu người nhận cúng dường cám ơn và báo đáp. Nếu có được tâm cúng dường như vậy, thì bà được rất nhiều phước báu, mà người nhận sự cúng dường cũng thấy vui.

Tỳ-xá-khư nghe Đức Phật khen ngợi và chỉ dạy cặn kẽ rất vui mừng, giống như được ánh hào quang của Phật soi sáng trong lòng, bà cảm thấy thân tâm nhẹ nhàng và an lạc vô cùng.

Bà *Tỳ-xá-khư* dù là hàng cư sĩ nhưng vẫn được coi là bậc long tượng trong nữ giới, vì với tấm lòng bao la kính phụng chúng tăng, chăm lo cho chúng tăng phương tiện chu đáo, mong muốn đem những thuận lợi đến cho mọi người đang tu học. Những việc làm của bà đều vì mong muốn Phật pháp mãi được trường tồn trong thế gian này, thật là đáng trân trọng, đáng học hỏi, xứng đáng cho chúng ta cảm phục và noi theo.

HOÀNG HẬU VI-ĐỀ-HY THẤY PHẬT A-DI-ĐÀ

Trong kinh *Quán Vô Lượng Thọ Phật* có ghi lại câu chuyện về hoàng hậu *Vi-đề-hy* nhờ nương vào thần lực của đức Phật *Thích-ca* mà thấy được kim thân đức Phật *A-di-đà*.

Chuyện kể:

Vua *Tần-bà-sa-la* và hoàng hậu *Vi-đề-hy* ở nước *Ma-kiệt-đà* xứ Ấn Độ có một hoàng tử là *A-xà-thế*.

A-xà-thế khi trưởng thành, muốn được lên ngai vàng nhanh chóng, không đợi được tới lúc vua cha truyền ngôi, lại nghe lời xúi giục của *Đề-bà-đạt-đa*, nên làm phản, bắt giam vua cha vào lao ngục và ra lệnh bỏ đói cho đến chết.

Khó khăn lắm hoàng hậu mới xin được vào ngục thăm vua, nhưng bị cấm không được đưa thức ăn vào. Không chịu nổi cảnh đói khổ của chồng, hoàng hậu đã giấu thức ăn trong túi áo, bị *A-xà-thế* bắt được. Lần thứ hai, bà lại giấu trong búi tóc, cũng bị phát hiện. Không còn cách nào hơn, bà phải bôi vào thân mình một thứ thức ăn được chế biến bằng mật ong, đường và sữa, để khi vào ngục thăm, bà gọt ra mà nuôi sống nhà vua. Nhưng cuối cùng rồi *A-xà-thế* vẫn biết được, nên cấm không cho bất cứ ai vào thăm nữa, còn hoàng hậu thì bị giam lỏng trong cung.

Vua *Tần-bà-sa-la* là người tin sâu Phật pháp, hơn nữa được sự chỉ dạy của đức Thế Tôn, biết phương pháp tu hành rõ ràng, dù nhiều ngày chịu đói nhưng gương mặt vẫn giữ được sự tươi tỉnh sáng suốt.

Riêng hoàng hậu, sau khi bị *A-xà-thế* giam lỏng, Bà chẳng muốn ăn uống gì cả, thân thể tiều tụy, buồn thương cho chồng trong cảnh oan nghiệt, lo cho con phải rơi vào tội đại nghịch bất đạo. Quá đau khổ, mỗi ngày bà chỉ còn biết hướng về núi *Kỳ-xà-quật* mà đảnh lễ đức Thế Tôn, vừa than khóc vừa cầu nguyện:

- Bạch đức Thế Tôn! Nay con đang rơi vào nghịch cảnh quá đau thương. Con nhớ trước đây Như Lai thường bảo Ngài *A-nan* đến thăm hỏi con, giờ đây con cũng mong Thế Tôn cho con gặp tôn giả *Mục-kiền-liên* hay ngài *A-nan* để phần nào con được an ủi trong cảnh khốn khổ này.

ĐỨC PHẬT TỪ BI HIỆN THÂN VÀO HOÀNG CUNG

Lúc đó, Thế Tôn đang trên núi *Kỳ-xà-quật*, biết được lời nguyện cầu của hoàng hậu, ngài liền cùng với *Mục-kiền-liên* và *A-nan* hóa hiện vào hoàng cung. Hoàng hậu *Vi-đề-hy* còn đang khóc than vật vã, bỗng thấy kim thân đức Phật xuất hiện ngồi trên tòa sen báu ngàn cánh sáng rực trước mặt bà, hai bên là ngài *Mục-kiền-liên* và tôn giả *A-nan*. Từ trên hư không, vua trời Đế Thích và chư thiên rải hoa xuống cúng dường. Hoàng hậu quá sức vui mừng liền quỳ xuống đảnh lễ, khóc mà bạch Phật rằng:

- Kính bạch Đức Thế Tôn! Chúng con đã gây tạo nghiệp nhân gì mà sinh ra đứa con nghiệt chủng này? Vì nguyên do nào mà đức Phật và *Đề-bà-đạt-đa* có phẩm hạnh và nhân cách trái ngược hẳn nhau lại sinh trong cùng một gia tộc? Chúng con biết thế gian này là ngũ trược ác thế, có đầy đủ địa ngục, ngạ quỷ, súc sinh. Con mong mỏi được Thế Tôn nói cho con nghe về thế giới Cực Lạc, con nguyện sinh về cõi ấy, cõi mà con không còn nghe tiếng ác, không thấy người ác, được sống với các bậc thánh hiền.

Lúc ấy, đức Thế Tôn phóng hào quang giữa chặng lông mày, một màu ánh sáng vàng rực chiếu sáng đến tận mười phương thế giới. Rồi ánh sáng đó trở về đỉnh đầu đức Thế Tôn, hóa thành khói vàng như núi Tu Di, quốc độ của mười phương chư Phật trang nghiêm thanh tịnh đều hiện ra ở trong đó, hoặc có quốc độ do bảy báu hợp thành, hoặc có quốc độ toàn là hoa sen, hoặc có quốc độ giống như cung điện của vua trời Tự Tại, hoặc có quốc độ toàn bằng pha lê, mười phương chư Phật đều hiện ở trong đó. Đức Phật biến hiện ra vô số quốc độ, khiến cho hoàng hậu *Vi-đề-hy* thấy được vô số thế giới.

Lúc bấy giờ, hoàng hậu *Vi-đề-hy* mới thưa với Thế Tôn rằng:

- Bạch đức Thế Tôn! Quốc độ của mười phương chư Phật tuy đều trang nghiêm thanh tịnh, nhưng con mong muốn sinh về thế giới Cực Lạc của Đức Phật *A-di-đà*, cúi mong Thế Tôn từ bi thương xót, chỉ dạy cho chúng con làm sao để nhận thấy được?

Đức Phật nghe hoàng hậu *Vi-đề-hy* nói xong liền mỉm cười, có ánh sáng ngũ sắc từ kim khẩu của Thế Tôn chiếu ra, tất cả ánh sáng đó chiếu đến đỉnh đầu của vua *Tần-bà-sa-la*. Mặc dù lúc này vua bị giam cầm trong ngục thất, nhưng mắt tâm không bị ngăn che, nhìn ra xa thấy Đức Phật, nhà vua rất vui mừng liền cúi đầu đảnh lễ Thế Tôn.

CẦU SINH CỰC LẠC - THỰC HÀNH BA ĐIỀU PHƯỚC

Đức Phật nhìn hoàng hậu *Vi-đề-hy* và nói:

- Về phương tây của thế giới *Ta-bà* này, cách khoảng mười vạn ức cõi Phật, có thế giới Cực Lạc, là nơi đức Phật *A-di-đà* hiện tại đang thuyết pháp nơi đó. Ở cõi ấy không có các thứ phiền não, thường được an vui. Nếu có chúng sinh nào muốn sinh về cõi ấy thì phải nhất tâm niệm Phật, tu các tịnh nghiệp. Muốn thành tựu tịnh nghiệp, phải tu ba điều phước:

1. Hiếu thảo với cha mẹ, phụng sự sư trưởng, phải có tâm từ bi không sát hại chúng sinh, tu mười nghiệp thiện.
2. Thọ trì Tam quy, đầy đủ các giới, không phạm oai nghi, thân tâm thanh tịnh.
3. Phát tâm Bồ-đề, tin sâu nhân quả, tụng đọc và học hỏi kinh điển, khuyến khích người thực hành.

Này *Vi-đề-hy!* Ba việc làm trên đây gọi là tịnh nghiệp. Những tịnh nghiệp này, ba đời chư Phật cũng phải noi theo. Nếu có chúng sinh nào tu tập ba điều phước như trên, nhất tâm niệm danh hiệu Phật thì sẽ được sinh về cõi thanh tịnh của Phật.

Lúc đó, đức Phật vì hoàng hậu *Vi-đề-hy* mà chỉ dạy mười sáu pháp quán tưởng.[1]

HOÀNG HẬU VÀ MỌI NGƯỜI THẤY PHẬT A-DI-ĐÀ

Đức Phật thuyết mười sáu pháp quán tưởng vừa xong thì hoàng hậu *Vi-đề-hy* và năm trăm tỳ nữ ngay lúc đó liền thấy cảnh giới Cực Lạc hiện ra rất rộng lớn, trang nghiêm, sạch đẹp, lại thấy đức Phật *A-di-đà*, Bồ Tát Quán Thế Âm và Bồ Tát Đại Thế Chí, mọi người đều rất vui mừng tán thán, quả là việc chưa từng có.

Hoàng hậu *Vi-đề-hy* trong lòng vô cùng hoan hỷ, hoát

---

[1] Mười sáu pháp quán này giúp cho hành giả niệm Phật được vãng sanh về cõi Tây phương Cực Lạc, bao gồm: 1. Nhật tưởng quán, 2. Thủy tưởng quán, 3. Địa tưởng quán, 4. Bảo thụ quán, 5. Bảo trì quán, 6. Bảo lâu quán, 7. Hoa tọa quán, 8. Tượng quán, 9. Chân thân quán, 10. Quán Âm quán, 11. Thế Chí quán, 12. Phổ quán, 13. Tạp tưởng quán, 14. Thượng bối quán, 15. Trung bối quán, 16. Hạ bối quán.

nhiên đại ngộ, chứng vô sinh nhẫn. Năm trăm tỳ nữ cũng phát tâm *Bồ-đề* và nguyện sinh về cõi Cực Lạc.

Hoàng hậu *Vi-đề-hy* nhờ tu tịnh nghiệp, làm được ba điều phước nên có duyên lành gặp được Phật *A-di-đà*, nương vào tha lực của Thế Tôn mà thấy cõi Cực Lạc, và cũng từ phương tiện đó mà lập ra pháp môn Tịnh Độ được lưu truyền cho đến ngày nay.

PHU NHÂN MẠT-LỢI NGHE PHÁP CHỨNG QUẢ

Trong *Luật Tứ Phần* có kể lại câu chuyện cô tỳ nữ Hoàng Đầu thành tâm cúng dường Phật một bữa cơm mà được phước báo trở thành đệ nhất phu nhân của vua *Ba-tư-nặc*. Về sau, bà còn được nghe Thế Tôn thuyết pháp, chứng được quả vị, cho nên mới có câu chuyện "Nghe Phật thuyết pháp được chứng quả".

Chuyện kể:

Phu nhân *Mạt-lợi* vốn là tỳ nữ của một người *Bà-la-môn* tên là *Da-bát-đạt*. Ông này có một điền viên rộng lớn, là hạng phú ông ở thành *Xá-vệ*.

Trong số các điền viên của *Bà-la-môn* này, có một mảnh vườn tên là *Mạt-lợi*. Trông coi khu vườn này là tỳ nữ Hoàng Đầu. Những lúc Hoàng Đầu rảnh rỗi, bà ngẫm nghĩ về cuộc đời của mình rồi tự than thở: "Phận mình là nô tỳ hèn mọn biết đến bao giờ mới thoát khỏi cảnh này?"

Rồi một hôm, vào buổi sáng tinh mơ, tỳ nữ Hoàng Đầu mang thức ăn đi đến vườn *Mạt-lợi*, vừa lúc Đức Phật cũng đang ôm bát vào thành khất thực. Hoàng Đầu trông thấy, lòng thầm nghĩ: "Hôm nay ta sẽ dùng phần thức ăn của mình dâng lên cúng dường cho vị sa-môn này, may ra có thể giúp ta thay đổi được số phận chăng?"

Thế là cô liền mang hết thức ăn của mình sớt vào bình bát cúng dường Thế Tôn. Thế Tôn hoan hỷ tiếp nhận sự cúng dường này và chú nguyện cho cô.

Sau khi cúng dường phần ăn của mình lên đức Thế Tôn,

Hoàng Đầu liền quay trở về vườn *Mạt-lợi*. Cùng lúc đó vua *Ba-tư-nặc* cũng đang dẫn một đoàn tùy tùng đi săn bắn. Lúc này là tháng ba, khí trời rất nóng, vua *Ba-tư-nặc* cảm thấy mệt mỏi, nhìn thấy phía trước có một hoa viên cây cối xanh mát, liền ra lệnh cho xe ngựa dừng lại, vào hoa viên để nghỉ.

Hoàng Đầu vừa quét dọn xong, bỗng nhiên nghe có tiếng người bước vào. Cô nhìn về phía ấy thì thấy một người có dáng vẻ uy dũng, sang trọng, tư thái anh minh, tướng người không phải tầm thường. Cô bước tới nghênh đón rồi mời:

- Khí trời hôm nay rất nóng, mời đại nhân cứ ngồi đây nghỉ ngơi cho khỏe.

Mời khách, nhưng thấy không có gì để ngồi, cô liền cởi chiếc áo choàng trên người đem trải xuống đất, rồi mời khách ngồi.

Với sự nhiệt tình tiếp khách, cô lấy nước sạch cho khách rửa mặt, rửa chân và lấy nước trong hồ cho khách dùng. Lúc này vua *Ba-tư-nặc* vừa khát, vừa mệt, hơn nữa khí trời đang oi bức mà được Hoàng Đầu tiếp đãi nồng hậu, ông cảm thấy trong lòng rất khoan khoái.

Hoàng Đầu nhìn người khách, mỉm cười rồi cung kính thưa:

- Thưa đại nhân! Nếu như ngài mệt, xin mời ngài nằm xuống đây nghỉ ngơi đôi chút.

Vua *Ba-tư-nặc* nhìn thấy Hoàng Đầu là một cô gái có dung mạo xinh đẹp, lại thông minh khéo léo, nên trong lòng ngầm yêu thích vẻ đẹp mộc mạc thôn quê của cô. Rồi sau đó Hoàng Đầu được vua truyền đưa về cung. Do nhân duyên được gặp vua trong vườn *Mạt-lợi*, nên mới có danh xưng là phu nhân *Mạt-lợi*.

Hoàng Đầu sau khi nhập cung, các lễ nghi, cầm kỳ thi họa... mỗi mỗi đều nhanh chóng tinh thông, khiến cho vua *Ba-tư-nặc* càng thêm sủng ái, liền lập cô làm Chánh cung hoàng hậu.

Phu nhân *Mạt-lợi* giờ đây sống trong cung điện tráng lệ nguy nga, liền hồi tưởng và tự đặt câu hỏi: "Do nhân duyên phước báu gì mà hôm nay ta trở thành hoàng hậu, khi trước đó ta chỉ là một nô tỳ?" Cô ngẫm lại và suy ra: "Đúng rồi, là do phước đức của việc cúng dường trước kia, ta đã đem phần thức ăn của mình mà dâng cho một vị sa-môn, nên nay mới có được quả này." Cô liền hỏi hai vị cận thần, mới biết được vị sa-môn mà cô đã từng cúng dường thức ăn đó chính là đức Thế Tôn quý kính.

PHU NHÂN MẠT LỢI NGHE PHẬT THUYẾT PHÁP

Phu nhân *Mạt-lợi* hết sức vui mừng vì biết mình đã được gieo trồng nhân duyên với Đức Thế Tôn. Bà liền dẫn một số tỳ nữ đi đến tinh xá Kỳ Viên để đảnh lễ Đức Phật.

Vừa đến tinh xá, từ xa bà đã trông thấy đức Thế Tôn. Ngài có những nét đẹp uy nghi, trang nghiêm và rạng rỡ ánh hào quang, với nụ cười an lành thoát tục.

Phu nhân *Mạt-lợi* phủ phục, cung kính đảnh lễ Thế Tôn, bạch rằng:

- Kính bạch đức Thế Tôn! Xin Ngài dạy cho con biết, trước đây vì nhân duyên gì mà con sinh làm thân nữ, sống đời nô tỳ hèn hạ? Và nhân duyên gì để người phụ nữ có được tướng mạo đoan chính, ai trông thấy cũng đều sinh tâm hoan hỷ, lại được giàu sang và đầy đủ oai nghi?

Thế Tôn nghe phu nhân *Mạt-lợi* trình bạch xong liền mỉm cười nói:

- Nếu như trong lòng không có oán giận thì thân tướng xinh đẹp, đoan chính, được nhiều người thương mến. Còn giàu có là nhờ công đức bố thí mà ra. Hơn nữa, người không đố kỵ thì được đại uy đức, thân tướng oai nghiêm.

Đức Phật cũng giảng rộng thêm về pháp bố thí, trì giới, nhẫn nhục, thiểu dục, thiền định, rồi ngài ngợi khen sự giải thoát sinh tử là pháp an vui bậc nhất.

Phu nhân *Mạt-lợi* vốn từng gieo trồng thiện căn sâu dày trong quá khứ, nên khi nghe đức Thế Tôn khai thị, bà liền dứt trừ hết cấu nhiễm, tâm ý khai thông, chứng được quả vị. Bà trình bạch lên Thế Tôn, từ nay về sau xin phát nguyện quy y Tam bảo và thọ trì Ngũ giới.

PHU NHÂN MẠT-LỢI CÚNG DƯỜNG ÁO QUÝ

Trong kinh *Pháp Cú Thí Dụ* cũng có một câu chuyện khác về phu nhân *Mạt-lợi*, nhờ giữ giới rất tinh nghiêm nên được hoàng thượng ban cho chiếc áo Hương Anh.

Chuyện kể:

Có vị đại thương nhân tên là Ba Lợi, một ngày nọ cùng với năm trăm người ra khơi tìm châu báu. Khi thuyền còn đang lênh đênh trên biển, bỗng nhiên có một vị thần xuất hiện đứng trên mặt nước, tay bụm một vốc nước hỏi Ba Lợi:

- Này Ba Lợi! Anh thấy nước ở đại dương này nhiều hay nước trên tay tôi nhiều?

Ba Lợi bình tĩnh trả lời:

- Bụm nước trên tay ngài nhiều hơn.

Vị thần hỏi:

- Tại sao bụm nước trên tay ta nhiều hơn?

Ba Lợi đáp:

- Bởi vì một bụm nước mặc dù ít hơn so với nước trong biển cả, nhưng đúng thời, đúng lúc bụm nước ấy có thể cứu được một tính mạng trong cơn khát.

Vị thần nghe nói rất hoan hỷ và tấm tắc khen:

- Hay! Hay lắm! Ông là người hiểu biết.

Nói xong, vị thần liền lấy chiếc áo Hương Anh được kết

bằng tám loại ngọc quý đang khoác trên mình tặng cho Ba Lợi.

Khi trở về, thương nhân Ba Lợi đem chiếc áo Hương Anh dâng lên vua *Ba-tư-nặc* và kể lại câu chuyện trên cho vua nghe. Vua rất ngạc nhiên và nhận thấy đây là một báu vật rất quý. Vua bèn ra lệnh cho các cung phi mỹ nữ trong cung thử mặc áo ấy, nếu ai mặc vào trông đẹp nhất thì vua sẽ ban tặng cho.

Lúc đó, tất cả cung phi mỹ nữ ai nấy đều cố gắng trang điểm thật lộng lẫy, đến trước mặt vua và đi quanh một vòng. Không nhìn thấy phu nhân *Mạt-lợi*, vua ngạc nhiên hỏi người hầu:

- Sao không thấy phu nhân *Mạt-lợi*?

Người hầu thưa:

- Tâu bệ hạ! Hôm nay là ngày rằm, hoàng hậu kính tin Phật pháp, thọ trì trai giới, chỉ mặc quần áo màu trắng thô sơ nên không dám đến.

Vua nghe xong tỏ vẻ không vui, liền hạ lệnh cho người hầu đến bảo hoàng hậu rằng:

- Hoàng hậu trì trai giới trẫm không cấm, nhưng không thể xem thường lệnh của trẫm mà không đến.

HƯƠNG THƠM NGƯỜI TRÌ GIỚI THƠM HƠN CÁC LOẠI HƯƠNG

Sau ba lần được mời như vậy, hoàng hậu bất đắc dĩ phải đến, nhưng bà vẫn khoác bộ trang phục dùng trong ngày trai giới đến yết kiến nhà vua. Giữa bao nhiêu mỹ nhân xiêm y lộng lẫy, nhưng lạ thay với bộ trang phục màu trắng giản đơn ấy hoàng hậu lại đẹp hơn tất cả. Vóc dáng quý phái, nét đoan trang, sự giản dị như càng làm tăng thêm vẻ đẹp vốn có của một bậc mẫu nghi thiên hạ. Với gương mặt rạng rỡ như vầng trăng rằm, sự xuất hiện của hoàng hậu làm cho hoàng cung như sáng rực hẳn lên, khiến cho mọi người trông thấy đều phải tấm tắc ngợi khen và yêu mến.

Vua Ba Tư Nặc cảm thấy đẹp lòng, bèn hỏi:

- Hoàng hậu vì sao mà tự nhiên lại có được vẻ đẹp như thế?

Hoàng hậu nghiêm túc tâu lên:

- Thần thiếp tự nghĩ mình là người phước mỏng nghiệp dày cho nên mới sinh làm thân nữ, còn mạng sống con người thì lại ngắn ngủi, nếu không khéo tu rất dễ bị đọa vào ba đường ác. Do đó mà thần thiếp nghe lời Phật dạy, ngày đêm giữ gìn trai giới, tinh tấn tu hành để mong đời sau được phước!

Vua *Ba-tư-nặc* nghe xong rất hài lòng, ban áo Hương Anh cho hoàng hậu.

Hoàng hậu từ chối, thưa rằng:

- Thần thiếp đang trong thời gian giữ gìn trai giới, không nên mặc áo này. Vậy xin hoàng thượng hãy ban cho người khác.

Vua *Ba-tư-nặc* nói:

- Trẫm đã có ý muốn tặng cho người đẹp nhất. Hoàng hậu chẳng những là người đẹp nhất mà còn là người phụng trì Phật pháp, có phẩm hạnh tuyệt vời cho nên trẫm muốn ban tặng.

Hoàng hậu liền đưa ý kiến: "Hay là bệ hạ và thần thiếp đem chiếc áo Hương Anh này đến dâng cúng cho Đức Thế Tôn, nhân cơ hội này chúng ta xin Thế Tôn ban cho lời giáo huấn để biết đường tiến tu thiện nghiệp."

Vua *Ba-tư-nặc* mỉm cười đồng ý, cho người chuẩn bị xa giá đi ngay tới chỗ Phật ngự. Đến tinh xá, vua và hoàng hậu cùng đảnh lễ Phật, rồi vua bạch rằng:

- Bạch đức Thế Tôn! Chiếc áo Hương Anh này là của một vị thần cho thương nhân Ba Lợi. Thương nhân Ba Lợi đem dâng cho con, con đem ban cho hoàng hậu *Mạt-lợi* đây, nhưng hoàng hậu vì phụng hành Phật pháp, thọ trì trai giới, tâm không tham muốn nên không muốn nhận. Chúng con thành tâm cung kính dâng lên, cúi xin Thế Tôn từ bi nạp thọ.

Đức Phật nhận áo Hương Anh rồi dạy rằng:

Hương các loài hoa thơm,
Không bay ngược chiều gió.
Nhưng hương người đức hạnh,
Ngược gió khắp tung bay.

Nếu đem tất cả châu báu trong cả nước ra bố thí cũng không bằng công đức của một ngày đêm thọ trì trai giới. Như muốn tích lũy phước đức, siêng năng cầu trí tuệ, một lòng tu tiến thì đạo quả sẽ chóng viên thành.

Vua, hoàng hậu và quần thần nghe pháp vô cùng hoan hỷ, nguyện xin ghi nhớ và thực hành theo lời Phật dạy.

Phu nhân *Mạt-lợi* trước đây chỉ là một nữ tỳ, sau có nhân duyên trở thành hoàng hậu là nhờ sự thành tâm cúng dường đức Thế Tôn - dù chỉ là một bữa ăn - mà được phước đức như vậy.

Cho thấy cái nhân thành tâm cúng dường nếu phát xuất từ lòng chân thành thì cái quả vinh hoa phú quý tự nhiên sẽ đến, dù không có tâm mong cầu. Chúng ta hãy noi theo gương ấy mà tự kiểm lại mình để thực hành Chánh pháp một cách tốt đẹp hơn.

CÔ GÁI ĂN MÀY CÚNG ĐÈN ĐƯỢC THỌ KÝ

Trong kinh *A-xà-thế Vương Thọ Quyết*, có câu chuyện kể về một cô gái ăn mày cúng dường đức Phật một cây đèn dầu mà được Phật thọ ký.

Chuyện kể:

Một thuở nọ, khi đức Phật đang ở trên núi *Kỳ-xà-quật*, xứ *La-duyệt-kỳ*, vua *A-xà-thế* thỉnh Phật vào cung thọ trai. Sau khi thọ trai xong, vua cho người đưa đức Thế Tôn trở về tinh xá Kỳ Hoàn, rồi cùng với quần thần ngồi lại họp bàn. Vua hướng về đại thần *Kỳ-bà* hỏi rằng:

- Này *Kỳ-bà!* Khanh nghĩ xem, chúng ta đã cúng dường trai phạn cho đức Thế Tôn rồi, vậy chúng ta phải làm gì nữa để bày tỏ tấm lòng thành kính đối với ngài?

Lúc đó, *Kỳ-bà* đứng dậy ngẫm nghĩ rồi đề nghị:

- Tâu bệ hạ, ngoài việc cúng dường trai phạn cho đức Thế Tôn và chúng tăng ra, theo sự hiểu biết nông cạn của hạ thần thì bệ hạ nên cúng dường ánh sáng. Vì ánh sáng là tượng trưng cho trí tuệ, cho sự giác ngộ.

- Hay lắm! Ý kiến của khanh thật hay. Trẫm đồng ý.

Thế là vua *A-xà-thế* bảo đại thần *Kỳ-bà* thay vua sắm sửa thật nhiều đèn, dầu để chuẩn bị tối hôm đó dâng lên cúng dường đức Thế Tôn và chúng tăng. Vua muốn sắp đặt đèn dọc hai hàng từ trong nội cung đến tinh xá Kỳ Hoàn cho thật trang trọng, các ngọn đèn phải nối tiếp nhau cho thật đẹp, không để gián đoạn chỗ nào.

CÔ GÁI ĂN MÀY MUA ĐÈN CÚNG DƯỜNG

Lúc đó, có một cô gái ăn mày tên *Nan-đà*, trên con đường trở về xóm nghèo của cô, thấy quân lính đang khuân chở các thùng dầu và giăng hai hàng đèn đến tinh xá. Cô hỏi thăm mới biết nhà vua cho làm đèn như thế để cúng dường lên đức Thế Tôn và chúng tăng.

Cô bỗng nhớ đến hình dáng trang nghiêm từ hòa của đức Thế Tôn cùng chúng tăng, trong lòng vui hẳn lên và cảm thấy tôn kính vô cùng. Rồi cô cũng ước muốn được cúng dường như vậy cho đức Thế Tôn, nhưng nghĩ lại mình không có nhiều tiền.

Ngay đêm hôm ấy, cô cũng đến tinh xá để xem buổi cúng dường của vua *A-xà-thế* lớn lao như thế nào. Khi đến nơi, cô trông thấy muôn ngàn cây đèn được thắp sáng từ cung điện kéo dài cho đến tinh xá, trong lòng hết sức vui mừng và tán thành việc làm có ý nghĩa của nhà vua. Thế rồi, cô sờ vào túi áo lấy ra số tiền mà ngày hôm đó đã xin được, đếm lại thấy có vài đồng, chỉ đủ mua một ít dầu thôi, nhưng cô cũng muốn cúng đèn dầu cho Phật. Cô liền đi đến chỗ bán dầu để mua. Người chủ tiệm thấy vậy liền hỏi:

- Cô nghèo khổ như thế, sao không để tiền mua thức ăn. Vả lại cô đâu có nhà cửa mà mua dầu làm gì?

Nan-đà đáp:

- Thưa ông! Tôi nghe nói: "Ngàn năm muôn kiếp mới có Đức Phật ra đời, người nào có phước duyên mới được gặp." Hiện giờ tôi nghĩ mình đã có được phước duyên gặp Phật, nhưng không có tiền để mua lễ vật cúng dường nên tôi rất tủi cho phận nghèo của mình. Hôm nay thấy hoàng thượng đem đèn dầu thắp sáng cúng dường đức Thế Tôn và chúng tăng. Việc làm đó khiến cho lòng tôi thật vui mừng vô hạn. Tuy tôi nghèo khổ, nhưng cũng muốn có một cây đèn để dâng lên cúng Phật. Vậy ông vui lòng bán cho tôi một ít dầu thôi cũng được, để tôi thắp lên dâng cúng ngài!

Ông chủ tiệm dầu nghe cô gái nói xong, thấy tâm chân thành tha thiết của cô nên trong lòng cũng cảm động. Số tiền của cô đưa ra chỉ được hai muỗng dầu thôi, nhưng ông đong thêm cho ba muỗng nữa, tổng cộng là năm muỗng dầu và cho luôn cây đèn. Nan-đà rất vui mừng cảm ơn ông chủ tiệm, cô châm dầu vào đèn rồi đem đến tinh xá cúng dường.

CHỈ CÒN MỘT NGỌN ĐÈN SÁNG

Hôm ấy, tinh xá Kỳ Hoàn trông thật rực rỡ, nhờ những hàng đèn của nhà vua cho giăng hai bên đường dọc theo tinh xá. Từng đoàn người lũ lượt kéo nhau đến dự lễ đông như ngày hội. *Nan-đà* cũng đến, dừng bước trước những ngọn đèn tỏa sáng của nhà vua. Cô nhẹ nhàng thắp cây đèn của mình lên rồi thầm cầu nguyện:

"Hôm nay con thành tâm cúng dường ánh sáng này lên đức Thế Tôn và chúng tăng, con ước sao cho con được trí tuệ sáng suốt như các bậc giác ngộ."

Nan-đà khấn nguyện xong, rồi nghĩ: Cây đèn của mình dầu không được nhiều, chỉ có thể thắp đến nửa đêm là tắt. Nghĩ vậy nên cô lại chắp tay khấn tiếp: "Con nguyện đời đời sinh ra được gặp Thế Tôn, được nghe Chánh pháp của Như Lai và mong sao việc truyền bá Chánh pháp vi diệu sẽ giúp cho Phật pháp mãi trường tồn trên thế gian, để cho chúng con biết tu tập hướng thiện, hết khổ an vui. Cầu xin Thế Tôn từ bi che chở cho ngọn đèn này sáng mãi không thôi."

Sau khi khấn nguyện xong, cô vào gặp Phật, gập mình cung kính đảnh lễ rồi quay trở về nhà. Trong đêm hôm đó, không gian thật yên tĩnh, bầu trời tuy đen tối nhưng tâm nguyện của *Nan-đà* lại sáng rực, cô hướng về Đức Phật mà khẩn cầu cho chúng sinh mãi mãi được nguồn tâm đồng như Phật, Chánh pháp sáng tỏa muôn đời.

Số đèn của vua A-xà-thế dù được liên tiếp châm dầu, nhưng cuối cùng rồi cũng dần tắt. Duy chỉ có ngọn đèn của *Nan-đà* thì vẫn chiếu sáng nổi bật, và lạ lùng hơn là đèn vẫn cháy cho đến sáng không tắt, dầu cũng không cạn.

Sáng hôm sau, Nan-đà lại đến đảnh lễ Phật lần nữa.

Lúc ấy, Thế Tôn bảo ngài *Mục-kiền-liên* rằng:

- Trời đã sáng rồi, có thể các cây đèn đã tắt, nhưng ông hãy ra xem còn cây đèn nào cháy không?

Tôn giả *Mục-kiền-liên* liền bước ra xem. Ngài tuần tự đến từng cây kiểm tra, cây nào cũng đã tắt, duy có cây đèn của *Nan-đà* là vẫn còn cháy. *Mục-kiền-liên* quạt mạnh đến ba lần, nhưng đèn vẫn không tắt. Lần thứ tư tôn giả cầm vạt áo ca-sa quạt mạnh cũng không tắt. Ngài vận thần thông dẫn gió về thổi vào, nhưng đèn chẳng những không tắt mà ngược lại càng sáng hơn, chiếu soi đến tận tam thiên đại thiên thế giới. Tôn giả *Mục-kiền-liên* cảm thấy hết sức kỳ lạ.

ĐỨC PHẬT THỌ KÝ NAN-ĐÀ

Lúc ấy, Thế Tôn cũng vừa tới thấy thế, ngài bảo *Mục-kiền-liên*:

- Thôi được! Đây là ánh sáng công đức của một vị Phật trong tương lai, cho dù ông có vận dụng hết thần lực cũng không thể nào làm tắt đèn này được.

Rồi quay sang *Nan-đà*, đức Thế Tôn thọ ký:

– Lòng tin của *Nan-đà* có thể trừ vô số tội lỗi, nếu như về sau phát tâm cầu học Phật pháp, chứng ngộ, giáo hóa mọi người, trải qua ba mươi kiếp công đức như thế sẽ thành Phật, hiệu là Tu Di Đăng Quang Như Lai. Ở cõi Phật ấy không cần có mặt trời, mặt trăng nhưng vẫn có ánh sáng chiếu soi khắp nơi, từ trong dân gian đến tận hoàng cung đều rực rỡ như cõi trời Đao Lợi.

Nan-đà nghe Phật thọ ký xong, lòng vui mừng khôn xiết, liền tới trước Thế Tôn chắp tay cung kính đảnh lễ lạy tạ.

Vua *A-xà-thế* nghe được điều này, liền cho mời đại thần Kỳ Bà đến bảo:

- Này Kỳ Bà! Trẫm cũng làm rất nhiều điều công đức, sao không được Thế Tôn thọ ký? Còn *Nan-đà* chỉ cúng dường có một cây đèn mà lại được như thế, đó là ý nghĩa gì?

Đại thần *Kỳ-bà* đi tới đi lui ngẫm nghĩ nhưng không dám nói, vua *A-xà-thế* biết tâm trạng của *Kỳ-bà* nên bảo:

- Này *Kỳ-bà!* Khanh cứ việc nói, thật ra trong lòng trẫm chỉ thắc mắc vậy thôi, khanh cứ thành thật tâu trình chớ có ngại.

Lúc đó, *Kỳ-bà* mới dám nói thật:

- Muôn tâu hoàng thượng! Theo như hạ thần biết, tuy hoàng thượng cúng dường rất nhiều phẩm vật, nhưng chưa đủ sự chí thành nên công đức có ít. Còn cô gái ăn mày *Nan-đà* tuy cúng dường chỉ có một cây đèn nhưng lại bằng cả tấm lòng chí thành chí thiết, thêm nữa là cô có phát đại nguyện, công đức đó rất lớn cho nên được Phật thọ ký.

Thế nên cần phải biết, tâm và pháp thí tương ưng thì pháp thí vô cùng vô tận, cho nên công đức đó cũng thật là lớn lao.

Công đức không có lớn hay nhỏ, chỉ do tâm của chúng ta có tha thiết hay không mà cảm ứng khác nhau thôi!

QUANG MỤC HIẾU THẢO PHÁT NGUYỆN ĐỘ SINH

Trong kinh *Địa Tạng Bồ Tát Bổn Nguyện*, phẩm thứ tư, có kể lại câu chuyện tiền thân của Bồ Tát Địa Tạng là một cô gái tên Quang Mục, rất hiếu thảo với cha mẹ. Cô gái này cũng đã phát đại thệ nguyện cứu vớt chúng sinh.

Chuyện kể:

Thuở quá khứ vô lượng *a-tăng-kỳ* kiếp về trước. có đức Phật ra đời hiệu là Thanh Tịnh Liên Hoa Mục Như Lai. Tuổi thọ của ngài đến bốn mươi kiếp.

Có một vị *A-la-hán* thường giúp chúng sinh gieo trồng phúc đức, tùy duyên mà hóa độ.

Một hôm, ngài đi khất thực gặp một người con gái tên là Quang Mục. Quang Mục nhìn vị *sa-môn* này thấy tướng hảo quang minh, điềm tĩnh, dáng vẻ thoát tục, nên bước tới chắp tay cung kính xá chào rồi bạch rằng:

- Bạch Tôn giả! Hôm nay con thành tâm thỉnh ngài về nhà để con được cúng dường, mong ngài từ bi hoan hỷ chấp nhận để con có cơ hội gieo trồng hạt giống phước điền.

Vị *A-la-hán* mỉm cười gật đầu chấp nhận lời thỉnh cầu của cô. Cô liền trở về nhà sắm sửa các thứ phẩm vật dâng lên cúng dường. Sau khi thọ trai xong, vị *A-la-hán* hỏi:

- Cô mong cầu điều gì?

Quang Mục thưa:

- Kính bạch ngài! Thân mẫu con vừa mới qua đời, con thành tâm tác lễ trai tăng, tu tạo phước lành... Những việc làm đó cùng sức chú nguyện của chư tăng, con xin hồi hướng tất cả cho mẹ. Con thỉnh cầu muốn biết thân mẫu con sau khi qua đời đã sinh về cảnh giới nào?

GIẾT HẠI CHÚNG SINH RƠI VÀO ĐƯỜNG ÁC

Vị *A-la-hán* cảm động trước lòng hiếu thảo của cô. liền nhập định quán xét, thấy mẹ của Quang Mục bị đọa vào đường ác, chịu vô vàn khổ sở.

Ngài hỏi Quang Mục rằng:

- Mẹ cô lúc còn sinh tiền đã tạo nghiệp nhân gì mà nay phải đọa trong địa ngục, chịu nhiều sự thống khổ như vậy?

Quang Mục thưa rằng:

- Thưa ngài! Lúc còn sinh tiền, mẹ con ưa thích ăn cá, ba ba... Không những thế, bà còn ăn rất nhiều trứng và con của chúng nữa, khi chiên, khi luộc, tha hồ ăn cho thỏa thích. Nếu như tính ra, mẹ con đã ăn các loài đó nhiều không đếm xiết. Nay con cầu xin Tôn giả rủ lòng từ bi thương xót, chỉ dạy cho con biết phải làm thế nào để cứu giúp mẹ con thoát khỏi cảnh khổ ấy?

Sau khi nghe Quang Mục kể xong, vị *A-la-hán* động lòng từ bi bèn chỉ dạy phương pháp để cô cứu mẹ:

- Nếu như cô thành tâm tha thiết niệm danh hiệu đức Phật Thanh Tịnh Liên Hoa Mục Như Lai và đắp vẽ hình tượng của đức Phật này, rồi cung kính phụng thờ thì kẻ mất người còn đều được phước báu lợi lạc.

Quang Mục nghe xong liền đem bán hết những đồ vật quý giá trong nhà, dùng tiền mướn thợ sơn vẽ tượng Phật, tôn thờ đúng pháp. Lại sắm sửa hoa quả, nhang đèn đem dâng cúng Phật. Nghĩ đến mẹ mình đang bị đọa trong ác đạo, nên cô một lòng chí thành lễ lạy, bố thí, phóng sinh, giúp đỡ mọi người như lời vị *A-la-hán* chỉ dạy. Cô lại siêng năng niệm danh hiệu đức Phật Thanh Tịnh Liên Hoa Mục Như Lai.

Một đêm nọ, cô mộng thấy đức Phật hiện thân đứng trên không trung, thân hình cao lớn tựa như núi *Tu-di*, ánh vàng rực rỡ, phóng hào quang lớn, bảo Quang Mục rằng:

- Này hiếu nữ! Chẳng bao lâu nữa mẹ ngươi sẽ tái sinh vào nhà ngươi, đứa bé này sau khi chào đời vừa mới biết đói khát nóng lạnh thì liền biết nói.

Vài tháng sau đó, trong nhà Quang Mục có một nô tỳ hạ sinh bé gái, chưa đầy ba ngày thì đã biết nói. Đứa bé ấy khóc than với Quang Mục rằng:

- Trong vòng luân hồi sinh tử, hễ ai tạo nhân lành thì hưởng quả lành an vui, còn ai tạo nhân ác thì phải chịu quả khổ, nhất định rơi vào ba đường dữ.

Đứa bé lại nói tiếp:

- Trước kia tôi là mẹ của cô, bởi vì lúc còn sinh tiền tôi tạo nhiều nghiệp ác, nên đến lúc chết rơi vào địa ngục, chịu bao sự khổ não, nhưng nhờ có cô tu tạo nhiều công đức lành, hồi hướng cho tôi, nên tôi mới thoát khỏi địa ngục, được thác sinh làm người, nhưng chỉ là con của người nữ tỳ thấp hèn, thọ mạng lại ngắn ngủi chỉ đến năm mươi ba tuổi là chết. Sau đó tôi lại phải đọa vào đường ác nữa, vậy mong cô nghĩ ra phương pháp gì để cứu tôi với.

Quang Mục nghe nói như thế, biết được đó là thân mẫu của mình chẳng sai, nên nghẹn ngào thương khóc và nói với đứa bé rằng:

- Nếu là mẫu thân của tôi, ắt phải biết lúc còn sinh tiền đã tạo những nghiệp nhân gì nên phải rơi vào trong địa ngục chịu nhiều đau khổ như vậy?

Đứa bé đáp rằng:

- Bởi do trước đây tôi giết vô số chúng sinh và hay chê bai mắng nhiếc mọi người, vì vậy mà phải rơi vào đường ác chịu những quả khổ. Nếu không nhờ phước của cô biết cúng dường, phóng sinh để cầu nguyện cho tôi mau thoát khỏi địa ngục, thì tôi không thể nào ra khỏi con đường ác đó và mãi mãi không được giải thoát.

Sau khi nghe đứa bé nói như vậy, Quang Mục mới hỏi:

- Với những nghiệp ác như vậy thì trong địa ngục mình phải chịu những quả khổ như thế nào?

Đứa bé đáp rằng:

- Những quả khổ của tôi ở trong địa ngục thật là cùng cực không thể nào nói cho hết được. Dù có kể đến cả trăm năm cũng không thể hết.

QUANG MỤC PHÁT ĐẠI THỆ NGUYỆN

Quang Mục nghe đứa bé nói như vậy trong lòng càng thêm đau khổ, ngửa mặt lên hư không mà khấn nguyện:

- Nguyện cho thân mẫu con vĩnh viễn thoát khỏi cảnh địa ngục. Đến năm mươi ba tuổi thọ mạng đã hết, mẹ của con không còn rơi vào địa ngục, ngạ quỷ hay các đường khác mà chịu tội nữa, cũng không tái sinh làm thân người nữ xuất thân từ giai cấp thấp hèn. Nếu được như vậy thì kể từ hôm nay, đối trước tôn tượng của đức Phật Thanh Tịnh Liên Hoa Mục, con xin phát lời đại nguyện: "Nguyện đời đời kiếp kiếp về sau, trong cõi *Ta-bà* này có những chúng sinh nào tạo tội rồi bị rơi vào ba đường ác như địa ngục, ngạ quỷ, súc sinh, con sẽ vào trong đó cứu giúp họ, khiến cho tất cả đều được thoát khỏi đường khổ, chứng được đạo quả, lúc đó con mới thành Chánh đẳng chánh giác."

Quang Mục vừa phát nguyện xong thì mười phương thế giới đều chấn động. Lúc ấy, trên không trung bỗng nhiên phát ra tiếng nói của đức Thanh Tịnh Liên Hoa Mục Như Lai bảo Quang Mục rằng:

- Này Quang Mục! Ngươi quả thật là người từ bi, đại hiếu. Vì thân mẫu mà phát đại thệ nguyện như thế. Mẹ của ngươi đến mười ba tuổi thì qua đời, khi xả bỏ thân này được sinh làm người Phạm Chí, sống lâu trăm tuổi. Sau khi hết báo thân ấy sẽ sinh về cõi nước Vô Ưu, thọ mạng lâu dài không thể đếm hết. Cuối cùng được thành Phật, hóa độ trời người nhiều như số cát sông Hằng vậy.

Quang Mục nghe Phật nói xong hết sức vui mừng, đại nguyện càng thêm kiên cố.

QUANG MỤC CHÍNH LÀ TIỀN THÂN CỦA BỒ TÁT ĐỊA TẠNG

Quang Mục chính là tiền thân của Bồ Tát Địa Tạng. Từ những kiếp lâu xa về trước, ngài đã phát nguyện độ hết những chúng sinh trong địa ngục:, *"Địa ngục độ tận, phương chứng Bồ-đề."* Theo ý nghĩa đó, chừng nào chúng sinh trong địa ngục được độ hết rồi ngài mới thành Phật. Lòng đại từ đại bi của Bồ Tát Địa Tạng đã cứu giúp cho vô số chúng sinh trong địa ngục. Bởi vậy, ngài được rất nhiều người cung kính đảnh lễ.

Chúng ta nên biết rằng, chư Phật, Bồ Tát không nhất thiết phải hiện thân nam giới, vì Phật tánh sẵn có trong tất cả chúng sinh. Bồ Tát Địa Tạng đã từng là một người nữ tên Quang Mục, một cô gái hiền lành, hiếu thảo, đầy đủ chí khí và sự học hiểu Phật pháp. Sự tự tin mạnh mẽ ấy đã phát nên một đại nguyện rộng lớn, thành tựu đạo quả Bồ-đề, thực hành hạnh từ bi cứu độ chúng sinh.

Như vậy, việc phát khởi tất cả các hạnh nguyện đó không hề phân biệt nam hay nữ, như trường hợp Quang Mục là một điển hình.

Cho nên, dù là người nữ mà biết tự tin, cố gắng phấn đấu, cầu học Phật pháp, hành hạnh từ bi, khoan dung độ lượng, bớt được tham sân si đố kỵ thì nam giới cũng chưa dễ mấy người sánh kịp. Nếu một lòng chí thành tha thiết ắt có ngày thành tựu không sai, quả Bồ-đề không xa tầm tay với. Nếu có sự cố gắng, nỗ lực trong mỗi chúng ta, thì dù là nam hay nữ cũng đều có thể tu tập thành tựu, giống như tiền thân của Bồ Tát Địa Tạng cũng đã từng là người nữ vậy.

CÔNG CHÚA DA-DU-ĐÀ-LA XUẤT GIA CẦU ĐẠO

Trong kinh *Phật Bản Hạnh Tập* có kể câu chuyện về công chúa *Da-du-đà-la* và thái tử Tất-đạt-đa – người mà sau đó cảm nhận được sự vô thường về sinh già bệnh chết nên đã từ bỏ ngôi vị thái tử, từ bỏ cả vợ con - *Da-du-đà-la* và *La-hầu-la* - xuất gia cầu đạo, cuối cùng đã được thành tựu giác ngộ, giải thoát sinh tử, thành Phật hiệu là Thích-ca Mâu-ni.

Chuyện kể:

Vào thời xa xưa, cách nay đã hơn hai mươi lăm thế kỷ, ở thành *Ca-tỳ-la-vệ*, thuộc miền Trung Ấn Độ, có một vị vua tên Tịnh Phạn, hoàng hậu là Ma-da, hạ sinh thái tử là Tất-đạt-đa.

Lúc vừa mới sinh ra, thái tử đã có những điều kỳ đặc hơn người. Có lời tiên đoán rằng thái tử có thể là một bậc Chuyển luân Thánh vương, nhưng nếu ngài xuất gia sẽ thành đạo giải thoát và làm thầy của tất cả chúng sinh.

Với lời tiên tri như thế, vua Tịnh Phạn lo sợ việc ngài xuất gia sẽ khiến cho ngai vàng sau này không có người kế vị, nên vua cho xây lầu đài, cung điện, tuyển chọn mỹ nữ, và cưới công chúa *Da-du-đà-la* cho thái tử, để mong ràng buộc bằng hạnh phúc ngũ dục của thế gian.

Khi chọn *Da-du-đà-la*, con vua Thiện Giác nước *Ba-la-nại*, vua Tịnh Phạn tin tưởng rằng vị công chúa đẹp tuyệt trần này sẽ khiến cho thái tử không thể nào rời bỏ hoàng cung. Bởi vì công chúa *Da-du-đà-la* vừa đẹp người, vừa đẹp nết, thùy mị, đoan trang và xinh đẹp như một tiên nữ, cộng thêm với sự dịu dàng khả ái từ dung, công chúa đã nổi bật giữa một cuộc tuyển chọn có biết bao người đẹp khắp nơi quy tụ về. *Da-du-đà-la* đã được chọn làm thái tử phi qua cuộc tuyển chọn đó.

Rồi *Da-du-đà-la* sinh ra *La-hầu-la*, cuộc sống trong hoàng cung lúc nào cũng như rộn rã tiếng cười. Riêng thái tử thì niềm vui không trọn vẹn, bởi cái già, bệnh, chết, việc giết chóc lẫn nhau để giành lấy sự tồn sinh giả tạm của muôn loài đã khiến cho Ngài ưu tư suy nghĩ nhiều đêm. Rồi với một quyết định đầy trí tuệ, thái tử đã ra đi mắt không nhìn lại, bỏ hết sau lưng mọi lạc thú của trần gian, cùng người hầu Xa-nặc và con ngựa Kiền Trắc. Thái tử dừng lại bên dòng sông *A-nô-ma* rồi tự cắt tóc xuất gia.

Nói về *Da-du-đà-la*, từ khi thái tử *Tất-đạt-đa* quyết chí ra đi cầu đạo, bà vẫn giữ được sự bình tĩnh trong nỗi đau trống vắng. Bà dành trọn tình thương yêu để chăm lo cho *La-hầu-la* nhưng vẫn luôn nhớ đến thái tử với một niềm hãnh diện. Bà thầm hiểu được chí nguyện cao cả của thái tử, nên tự hứa với lòng là sẽ nuôi nấng con thật tốt, sống một đời mẫu mực để xứng đáng với chồng. Thái tử là niềm kiêu hãnh tự hào của bà, vì ngài đã chiến thắng được bản thân, buông xả mọi dục lạc để đi tìm một con đường trừ mê, diệt khổ, cứu độ muôn loài. Mặc dù vậy, với chút tâm niệm nhi nữ thường tình, đôi khi bà cũng không khỏi chạnh lòng chỉ khi nghĩ tới đời sống khổ hạnh của thái tử nơi núi rừng hoang vắng, nóng lạnh đói khát không người chăm sóc!

Ngày tháng trôi qua, từ khi thái tử xuất gia tầm đạo đã hơn sáu năm, nơi hoàng cung *Da-du-đà-la* cũng tự nguyện sống đời giản dị, không xa hoa lộng lẫy, không cài trâm chuỗi ngọc, không lụa là trang sức điểm tô, theo nếp sống trai giới, giữ gìn Phạm hạnh.

Rồi cuối cùng ngày vui cũng đến, thái tử trở thành một vị Phật giác ngộ hoàn toàn, đầy đủ trí tuệ, và rồi ngài trở về thành *Ca-tỳ-la-vệ*. Khắp những nơi ngài đi đến, ngài ban những cơn mưa pháp khiến cho mọi loài đều được thấm nhuần, an vui, bớt khổ.

Vào lúc đức Phật về đến thành Ca-tỳ-la-vệ, *Da-du-đà-la* dẫn *La-hầu-la* vào gặp Thế Tôn. Giờ đây bà thấy trước mặt mình là một đức Phật oai nghiêm, thanh tịnh, đáng kính. Hình dáng siêu phàm của đấng Thế Tôn làm bà cảm thấy hết sức tôn kính, phủ phục chấp tay chờ nghe lời ngài chỉ dạy. Lúc ấy, Như Lai từ bi nhìn bà và nói:

- Này *Da-du-đà-la!* Như Lai biết bà đã rất vất vả. Sự hy sinh cao quý của bà, Như Lai thấu hiểu, vậy bà cũng nên hoan hỷ vì tất cả chúng sinh.

Rồi đức Phật thuyết pháp cho tất cả mọi người cùng nghe. *Da-du-đà-la* nghe pháp rồi cũng khao khát được xuất gia như Phật.

Khi duyên lành đã đến, bà tìm đến tinh xá cầu xin đức Thế Tôn cho được xuất gia. Và cuối cùng bà cũng được toại nguyện khi đức Thế Tôn chấp thuận cho người nữ xuất gia, theo sự khẩn cầu của di mẫu.

Tấm gương của *Da-du-đà-la* đáng để cho chúng ta noi theo, vì những đức tính của bà được thể hiện ở sự hy sinh, sự cảm thông. Vì hạnh phúc của nhân loại, bà đã không bám víu, theo đuổi hạnh phúc của riêng mình. Hơn thế nữa, khi được gặp Phật pháp, bà đã nhanh chóng tiếp nhận, nương theo sự chỉ dạy của đức Thế Tôn mà bỏ phàm làm thánh. Bà xứng đáng là bậc long tượng trong hàng ni giới.

MỸ NỮ NGỌC GIA GẶP PHẬT TỈNH NGỘ

Trong những chuyện tích Phật giáo có chuyện kể về cuộc đời của một cô gái tên là Ngọc Gia. Từ nhỏ cô đã có tính nết thô lỗ, cộc cằn, nhưng khi có nhân duyên gặp Phật và được giáo hóa, cô đã tỉnh ngộ, sửa đổi sai lầm và quay về đường thiện.

Chuyện kể:

Ở miền Bắc Ấn Độ, thủ đô nước *Kiều-tát-thi-la* thuộc thành *Xá-vệ*, có vị trưởng giả tên là *Tu-đạt* nhà rất giàu có. Ông là người hiền lương, thường hay cứu giúp người nghèo khó. Ông được nhiều người ca tụng vì hằng ngày thường làm việc bố thí. Tinh xá Kỳ Viên là do ông xây dựng và cúng dường lên Tăng đoàn, trở thành nơi chư tăng cư trú và đức Phật thường giảng pháp.

Ông có bảy người con trai. Sáu người anh lần lượt đã có gia đình, còn người trai út sắc diện khôi ngô hơn nên ông định chọn cho cậu một người vợ thật đẹp, thật ngoan.

Và ông đã chọn Ngọc Gia, con gái trưởng giả Hộ Di ở thành *Xá-vệ* về làm dâu út nhà mình. Ngọc Gia vì có nhan sắc tuyệt đẹp nên sinh ra ngạo mạn, thô tháo. Cô ỷ vào sự giàu có của gia đình và nhan sắc của mình nên rất hỗn hào, vô lễ với chồng và cha mẹ chồng, khinh khi mọi người. Có một người vợ như thế nên gia đình luôn xảy ra những sự bất hòa, không hạnh phúc.

Trưởng giả *Tu-đạt* rất đau buồn, thất vọng. Đôi khi quá bực bội và muốn sửa đổi đứa con dâu, ông đã dùng đến đòn roi để giáo dục răn đe. Nhưng Ngọc Gia vẫn chứng nào tật nấy, lại còn cho rằng ông có ác tâm với cô.

Trưởng giả *Tu-đạt* nghĩ rằng chỉ có Thế Tôn mới cảm hóa được Ngọc Gia, nhưng không biết làm sao đưa cô đến chỗ đức Phật. Ngọc Gia từng nói rằng, cho dù Thế Tôn có đích thân đến đây cô cũng không thèm diện kiến, huống là nghe ngài thuyết pháp.

Băn khoăn không biết phải giải quyết thế nào. Cuối cùng ông quyết định đến tinh xá Kỳ Viên gặp Phật để cầu xin ngài chỉ dạy.

Trưởng giả *Tu-đạt* đến trước Phật trình thưa:

- Kính bạch đức Thế Tôn! Nhà con có đứa con dâu ngỗ nghịch, tâm tính mê muội, ngang tàng, ngạo mạn, chẳng những không tin Tam bảo mà lại còn dám phỉ báng cả Thế Tôn. Kính mong đức Thế Tôn mở lòng từ bi chỉ dẫn cho con, làm thế nào để dạy dỗ nó trở thành ngoan hiền và tin sâu Tam bảo.

Đức Thế Tôn nghe *Tu-đạt* trình bày xong, Ngài hiểu được nỗi khổ tâm của ông nên nói:

- Ngày mai Như Lai sẽ đích thân đến nhà ông.

Trưởng giả *Tu-đạt* quá bất ngờ, vì chỉ là việc trong gia đình mà được Như Lai đích thân đến nhà dạy bảo. Lòng từ bi của Thế Tôn đối với chúng sinh thật là bao la. Ông vui mừng khôn xiết, bàng hoàng xúc động đến rơi nước mắt, vội vàng phủ phục xuống đảnh lễ tạ ơn Như Lai.

ĐỨC PHẬT TỪ BI DÙNG PHƯƠNG TIỆN HÓA ĐỘ

Hôm sau, đức Thế Tôn cùng một số chư tăng đến nhà trưởng giả *Tu-đạt*. Cả nhà trưởng giả đều ra nghênh đón, đảnh lễ rồi đi nhiễu ba vòng thành kính bày tỏ niềm vui và sự cung kính để chào đón Thế Tôn và tăng đoàn. Riêng Ngọc Gia khi nghe Thế Tôn đến thì liền lẫn trốn không ra. Trưởng giả ngại ngùng cảm thấy có lỗi. Đức Thế Tôn biết được tâm trạng của ông nên an ủi:

- Tu-đạt! Ông đừng buồn, lát nữa Ngọc Gia sẽ tự mình bước ra đây.

Đức Phật nói xong, trên thân ngài phóng ra trăm ngàn hào quang soi sáng đến tận các phòng ốc, mọi chỗ đều sáng rực một màu vàng kim trong suốt. Ngọc Gia đang ẩn trong góc buồng, trông thấy thân tướng Như Lai uy nghi rạng rỡ trong lòng sinh kính sợ, không dám trốn nữa, bước ra cúi đầu đảnh lễ mà không dám nhìn lên. Thế Tôn ân cần nói:

- Này Ngọc Gia! Người phụ nữ có sắc vóc đẹp thì chưa hẳn gọi là người đẹp và không có gì đáng để tự hào. Chỉ có người hiền lành, đoan chính, phẩm hạnh đầy đủ mới gọi là người đẹp. Ngươi có được hình sắc đẹp đẽ như thế, chỉ làm mê hoặc được người ngu muội. Hơn nữa, ngươi không biết là người nữ thì phải chịu mười điều chướng ngại hay sao?

Mười điều chướng ngại là:

1. Bởi quan niệm trọng nam khinh nữ, nên khi sinh ra con gái nhiều bậc cha mẹ thường không vui bằng sinh được con trai.

2. Vì nghĩ rằng sau này con gái sẽ đi lấy chồng, nên phần đông cha mẹ thường quan tâm đến con trai nhiều hơn.

3. Khi người con gái trưởng thành, cha mẹ phải lo gả chồng vì nếu không sẽ có nhiều mối lo lắng.

4. Làm thân nữ thì bẩm sinh thường yếu ớt hơn nam giới nên hay sợ sệt, lo âu, rụt rè trước mọi người, mọi việc.

5. Người nữ đến tuổi trưởng thành không còn nương tựa nơi cha mẹ thì phải nương tựa vào chồng, về già lại phải nương tựa vào con cái, nghĩa là bản thân suốt đời không có lúc nào tự mình sống độc lập được.

6. Phụ nữ lúc mang thai thì thân thể luôn khó chịu, bất an.

7. Người phụ nữ khi sinh con phải riêng mình chịu sự đau đớn, nguy hiểm đến tính mạng, nhưng không ai có thể chia sẻ được.

8. Trong tất cả mọi việc làm, người nữ phải luôn lệ thuộc vào chồng, không được tự do, lại luôn phải lo sợ kẻ khác cướp mất chồng.

9. Thân người nữ có nhiều điều bất tịnh hơn nam giới, nhưng lại ưa trang điểm, trau chuốt cho nó thật đẹp. Chỉ vì ưa thích vẻ đẹp bên ngoài mà khổ thân.

10. Tâm tánh người nữ thường hay nghi ngờ, đố kỵ, hẹp hòi, buồn vui bất chợt, ít được an vui.

Này Ngọc Gia! Người phụ nữ có nhiều nghiệp chướng và khiếm khuyết như vậy, nên dù dáng vẻ bên ngoài có đẹp như hoa, quý như ngọc cũng không có gì đáng hãnh diện, kiêu ngạo. Vả lại đối với người có trí tuệ thì không dễ gì dùng sắc diện đẹp bên ngoài mà mê hoặc được họ.

Khi nghe đức Thế Tôn giảng giải như vậy, Ngọc Gia cúi đầu im lặng. Cô cảm thấy xấu hổ, e dè nhìn Thế Tôn rồi thưa rằng:

- Kính bạch đức Thế Tôn! Vậy con muốn làm một người vợ hoàn hảo thì phải làm thế nào?

Đức Thế Tôn biết cô đã có ý muốn sửa đổi hướng thiện nên dạy tiếp:

- Này Ngọc Gia! Ở cương vị một người vợ cần phải thực hành năm điều.

Năm điều đó là:

1. Người vợ phải giống như một người mẹ, có tâm quý trọng và yêu thương chồng như cha mẹ thương yêu và quý trọng con cái.

2. Người vợ phải giống như thần dân, đối xử với chồng như bề tôi trung tín đối với vua.

3. Người vợ phải giống như người em gái đối với anh cả, nghĩa là đối với chồng phải biết kính như anh, quý như khách.

4. Người vợ đối với chồng phải biết chăm sóc chu đáo giống như người làm hầu hạ chủ nhân, vừa nhiệt tình vừa thương kính.

5. Đối với cha mẹ chồng và gia tộc nhà chồng phải biết hiếu kính thuận hòa, chân thành thương yêu, siêng năng, vui vẻ, không gây hiềm khích hơn thua với mọi người.

LÀM NĂM ĐIỀU TỐT ĐỂ TRỪ BỐN NGHIỆP ÁC

Đức Thế Tôn lại nói:

- Này Ngọc Gia! Người vợ cần phải cư xử với chồng theo năm điều chỉ dẫn như trên, ngoài ra còn phải làm năm điều tốt để trừ bốn nghiệp ác:

1. Sáng phải dậy sớm, vệ sinh sạch sẽ, sắp đặt mọi việc trong nhà; tối nên đi ngủ sau mọi người, xem lại cửa ngõ đã đóng rồi mới ngủ, không được nạnh hẹ người khác.

2. Chồng có trách cứ phải nên nhẫn nhịn, nhỏ nhẹ phân trần, cử chỉ từ hòa, không để tâm oán giận.

3. Một lòng lắng nghe lời chồng, chỉ sợ không đúng ý, không nên có ý nghĩ xấu về chồng.

4. Luôn nguyện một lòng vợ chồng được thuận thảo sống mãi bên nhau đến răng long đầu bạc. Lúc chồng đi vắng, không sanh tâm hai lòng, chỉ chăm lo nhà cửa đợi chờ.

5. Không phê phán điều xấu dở của chồng, chỉ nhớ nghĩ đến những điều tốt, có món ngon không được dùng trước, đợi chồng về để cùng chung hưởng vui vẻ bên nhau.

Thực hành năm điều tốt như trên nhưng còn cần phải trừ bỏ bốn điều xấu:

1. Không đi ngủ trước mọi người trong nhà, đừng đợi mặt trời lên cao mới dậy. Nếu chồng có quở trách, không nên đôi co qua lại khiến chồng thêm tức giận, cố nhẫn nhịn để gây hòa khí trong gia đình.
2. Không có tính xấu ăn trước những món ngon. Không gian dối mà hãy chân thành, không ôm ấp những tâm niệm xấu gây ảnh hưởng mất hạnh phúc gia đình.
3. Không ham chơi riêng, chỉ chuyên tâm lo liệu việc nhà, không bàn tán chuyện xấu của người khác.
4. Không nên ưa thích người ta ca tụng mình hay tranh hơn thua về sắc đẹp, không oán ghét người trong họ hàng nhà chồng hoặc xem thường người khác.

Này Ngọc Gia! Cô có muốn làm một người vợ tốt hay không? Hay vẫn muốn làm một phụ nữ hung dữ cộc cằn thô lỗ như trước đây?

NGỌC GIA ĂN NĂN HỐI CẢI

Ngọc Gia nghe Thế Tôn nói, trong lòng hối hận ăn năn, cảm động rơi nước mắt và nói:

- Kính bạch đức Thế Tôn! Con thật là đã sai. Xưa nay con đã tối tăm ngu muội, hôm nay được Thế Tôn chỉ dạy mở mắt sáng cho như từ bóng tối được ra ánh sáng, như đang say bừng tỉnh. Xin Thế Tôn từ bi nhận cho con sám hối, con nguyện từ nay sẽ cố gắng nghe lời Thế Tôn chỉ dạy, sống hướng thiện để trở thành người vợ ngoan hiền trong gia đình, người phụ nữ tốt trong xã hội, không ngu si ngạo mạn như trước kia nữa.

Đức Thế Tôn mỉm cười tha thứ rồi ngợi khen:

- Có lỗi mà biết sửa đổi thì đó là người khôn ngoan, biết trở về con đường lương thiện là người trí tuệ.

Ngọc Gia xin được quy y Tam bảo. Đức Thế Tôn vì cô truyền cho sáu điều trọng yếu và hai mươi tám khinh giới. Cô phát nguyện gìn giữ trọn đời, làm người Phật tử tại gia. Cả gia đình trưởng giả *Tu-đạt* cũng vui mừng vì cô biết hướng về Phật pháp trở thành người tốt.

"*Quay đầu là bờ*", đó là chân lý ngàn đời không sai. Từ một người xấu nhất, chỉ cần biết xoay trở lại ý niệm tốt thì trong sát-na đã chuyển thành một người tốt hoàn toàn. Ta nên lấy đó làm bài học hướng thiện.

NÀNG NGÂN SẮC TỪ BI XẢ THÂN CẮT THỊT

Trong những câu chuyện tích Phật giáo được lưu truyền, có chuyện kể về một phụ nữ tên là Ngân Sắc, vì lòng từ bi đã ba lần xả thân cứu người.

Chuyện kể:

Ngân Sắc là con gái vua Liên Hoa được nhắc đến nhiều nhất trong dân gian. Cô rất xinh đẹp và đoan chính. Một hôm cô xin phép ra ngoài thành dạo chơi.

Lúc này lại nhằm vào năm mất mùa, dân làng khắp nơi ai nấy đói khổ, không có cơm ăn. Trên đường, cô trông thấy có một sản phụ mới sanh ra một bé trai trông thật kháu khỉnh. Thân thể sản phụ gầy yếu, sắc diện nhợt nhạt, lúc đó bà đang run rẩy nắm lấy hài nhi, mắt biểu lộ ý muốn ăn thịt đứa bé.

Ngân Sắc thấy tình huống này trong lòng kinh hãi, vội vàng bước đến hỏi:

- Cô định làm gì nó?

Sản phụ đáp:

– Tôi đói quá, buộc lòng phải ăn đứa bé này cho qua cơn đói.

Ngân Sắc kinh hãi ngăn cản. Sản phụ nói:

- Năm nay hạn hán mất mùa, dân làng đói khổ. Mọi người đều bỏ đi sang làng khác kiếm sống, còn tôi yếu quá lại phải sanh con, nên không có thứ gì để ăn.

Ngân Sắc nói:

- Cô hãy đợi tôi một lát. Tôi về nhà lấy thức ăn mang đến cho cô.

Sản phụ buồn rầu đáp:

- Hiện giờ cơn đói của tôi bức bách quá, tôi không chịu nổi. Nếu phải chờ cô đem thức ăn tới, chắc tôi chết mất.

NGÂN SẮC XẢ THÂN CẮT THỊT

Ngân Sắc ngẫm nghĩ "Nếu như đem đứa bé đi, thì cả mẹ lẫn con đều chết vì đói." Bỗng nhiên cô nói một cách cương quyết:

- Trong nhà bà có dao không?

Sản phụ chỉ chỗ để dao. Ngân Sắc lập tức vén áo lên, lấy dao cắt lấy thịt của mình, đưa cho sản phụ rồi nói:

- Này cô, hãy dùng tạm miếng thịt này cho đỡ đói, trong khi tôi về nhà lấy thức ăn. Còn đứa bé này tôi đã dùng thịt của mình để đổi lấy tính mạng của nó. Vậy cô tạm thời giữ, không nên làm gì với nó và chờ tôi trở lại.

Lúc này trên thân Ngân Sắc đầy máu, cô cố gắng nhanh chóng đi về nhà.

Mọi người trong nhà thấy cô về với thân thể như thế, hết sức kinh ngạc hỏi:

- Tại sao cô lại bị thương như vậy?

Ngân Sắc điềm tĩnh kể lại đầu đuôi câu chuyện và nói rằng:

- Chuyện này là do tôi tình nguyện. Trên đường hành Bồ Tát đạo, tôi muốn thực hành hạnh bố thí nên phát tâm từ này với lòng không hối hận.

Lại có người hỏi:

- Lúc cô lóc thịt của mình, trong lòng có hoan hỷ hay không?

Ngân Sắc trả lời một cách nghiêm túc:

- Khi cắt thịt của mình tôi chỉ một tâm niệm để cứu người qua cơn đói và cũng để cứu đứa bé, không có một niệm gì khác.

Mọi người nghe như vậy đều nói:

– Tuy cô nói vậy, nhưng điều đó thật khó tin. Không ai có thể vì người khác cắt xẻo thân mình mà trong lòng lại hoan hỷ không chút hối tiếc.

Ngân Sắc liền phát nguyện:

– Nếu như lời tôi vừa nói là đúng thật thì xin cho thân thể tôi lành lặn trở lại bình thường.

Ngân Sắc vừa nói xong thì tự nhiên thân thể lành lặn trở lại như trước kia.

TIỀN THÂN ĐỨC PHẬT THÍCH-CA MÂU-NI

Thật ra, trên đường hành Bồ Tát đạo, Ngân Sắc đã ba lần cắt thịt mình để cứu mạng người khác. Nhưng cô thực hiện điều đó với tâm Bồ Tát quảng đại, không thấy có kẻ cho người nhận, cũng không bám chấp vào hành vi xả thân đó, nên mới có thể an nhiên vượt qua sự đau đớn. Cô Ngân Sắc có lòng từ bi thương xót chúng sinh, xả thân cứu người đó chính là tiền thân của đức Phật *Thích-ca Mâu-ni* khi còn đang tu tập hạnh nguyện Bồ Tát, cầu đạo Vô thượng Bồ-đề.

Muốn được thành tựu Vô thượng Bồ-đề thì dù là nam hay nữ, ngoài nguyện lực rộng lớn ra còn phải có lòng từ bi cao cả, không phân biệt giai cấp giàu nghèo, nam nữ, dám xả thân cứu giúp chúng sanh, mới mong được đạo quả viên thành, giải thoát sinh tử. Đức Phật Thích-ca Mâu-ni đã từng có những kiếp làm thân nữ nhưng vẫn thực hành được hạnh nguyện to lớn như thế của hàng Bồ Tát.

NGUYỆT THƯỢNG PHÁT TÂM CHƯ PHẬT THỌ KÝ

Trong các chuyện tích Phật giáo được lưu truyền, có câu chuyện kể về nàng Nguyệt Thượng phát tâm Bồ-đề và được chư Phật thọ ký.

Chuyện kể:

Trong nước *Kiêu-tát-la* có ông *Tỳ-ma-la-khiết* thuộc dòng *Sát-đế-lợi* (dòng vua quan). Ông cưới một người vợ rất xinh đẹp tên là Vô Cấu. Không lâu sau khi kết hôn Vô Cấu mang thai, rồi một điềm lành khác lạ đã xảy ra trong ngày bà sinh con.

Hôm ấy ánh hào quang chiếu sáng khắp phòng, rồi một bé gái ra đời với thân tướng đẹp đẽ, ai thấy cũng đều hoan hỷ.

Thông thường khi sinh ra, đứa bé nào cũng khóc; nhưng lạ thay, cô bé này chẳng những cất tiếng cười mà còn vỗ tay nói: "Đời trước không làm các việc ác, đời này thân được thanh tịnh."

Do cô đã nhiều đời trồng căn lành, nên ngay khi sinh ra thân hình cô kín đáo như đã có sẵn quần áo trên thân, giống như con ve lúc hóa sinh đã có đôi cánh vậy. Lại có một vầng sáng quanh cô, tỏa ra hơn cả ánh trăng đêm rằm, có mùi hương phát ra từ các lỗ chân lông và hơi thở cô thơm như hương chiên đàn, hương hoa *ưu-bát-la*. Vì vậy, ông *Tỳ-ma-la-khiết* đặt tên cho cô là Nguyệt Thượng.

Thời gian trôi qua, Nguyệt Thượng khôn lớn rất nhanh, thấm thoát mà nay đã là một thiếu nữ xinh đẹp diệu kỳ với dáng vẻ đoan trang thùy mị. Cô là niềm mơ ước của bao chàng trai trẻ, nhất là hàng vương tôn, công tử, ai cũng mong muốn cưới được cô. Trong số ấy cũng có cả những tay tham quan hống hách, những kẻ giang hồ ngang ngược, sẵn sàng dùng đủ mọi phương cách để mong có được cô. Họ bất chấp mọi thủ đoạn, khi dùng tiền bạc châu báu, khi dùng uy quyền bạo ngược, thậm chí còn hăm dọa sẽ giết chết ông *Tỳ-ma-la-khiết* nếu không được toại ý. Bị quấy nhiễu như thế, ông *Tỳ-ma-la-khiết* rất lo sợ, ngồi đứng không yên. Nguyệt Thượng an ủi cha:

- Thưa cha! Cha đừng quá lo buồn, những kẻ bất nhân ấy không làm gì được đâu. Con sẽ quy hướng cho họ.

Rồi cô cho loan tin khắp nơi rằng: "Cô sẽ chọn phu quân nội trong 7 ngày." Tin được truyền đi nhanh, khiến các chàng trai, vương tôn công tử ai nấy đều sắm sẵn lễ vật mang tới, mong được lọt vào mắt xanh của Nguyệt Thượng.

TRÊN TAY BỖNG NHIÊN MỌC HOA SEN

Thời gian này Nguyệt Thượng đang thọ bát quan trai. Và đến đêm thứ sáu kể từ ngày đưa tin kén chồng, cô đi kinh hành trong khí trời yên tĩnh, mát mẽ của đêm rằm tháng giêng, tập trung tỉnh giác. Bỗng nhiên như có thần lực của Đức Thế Tôn, một sự mầu nhiệm không thể nghĩ bàn xảy ra, trên tay phải của cô xuất hiện một hoa sen tươi thắm, trên tòa sen có đức Phật hóa thân ngồi với đầy đủ 32 tướng tốt, 80 vẻ đẹp trông thật trang nghiêm. Nguyệt Thượng thấy sự linh ứng này vui mừng khôn xiết, lòng mong cho trời mau sáng để đến chỗ Như Lai.

Lúc ấy, đức Phật đang ở nước Kiêu-tát-la, nơi tinh xá Kỳ Hoàn trong vườn cây của thái tử Kỳ-đà, cùng các vị đệ tử đang nhập định.

Sáng ra, khi Nguyệt Thượng cùng gia tộc chuẩn bị vào thành để bái kiến đức Phật cùng dâng đóa hoa sen có hóa thân Phật lên cúng dường, thì số người mang lễ vật cầu hôn cũng vừa kéo tới, vì hôm nay là ngày thứ 7, ngày cuối của hạn chọn phu quân.

Lúc ấy, bỗng nhiên Nguyệt Thượng bay lên hư không, tay cầm đóa hoa sen có hóa thân Phật, thần thông diệu dụng, khiến ai nấy đều ngẩn ngơ nhìn, hết sức kinh ngạc và ngưỡng phục. Nguyệt Thượng bèn nói:

- Mọi người đều đã thấy được sự vi diệu này, hiện trên tay tôi có đóa hoa sen hóa thân Phật là một minh chứng rõ ràng. Đó là do những kiếp về trước tôi đã dứt mọi dục vọng, nên sáu căn được thanh tịnh. Riêng chúng sinh ở cõi *Ta-bà* này vì còn vô minh nên bị đọa vào ba đường ác, đều là do lòng tham muốn quá nhiều. Nếu các vị ở đây có muốn được như chư Phật, chư Bồ Tát, thì nên theo tôi đến tinh xá đảnh lễ Đức Thế Tôn, xin quy y để được Ngài chỉ dạy mà tu hành mau thoát ra khỏi cảnh trầm luân khổ đau sinh tử.

Khi Nguyệt Thượng đứng trên hư không nói cho mọi người nghe thì mặt đất bỗng chấn động, vô số chư thiên hiện ra rải hoa cúng dường. Mọi người đang đứng dưới đất nhìn thấy được thân tướng đẹp đẽ của Bồ Tát Nguyệt Thượng, lại thấy có cả mây hồng và cảnh vật chung quanh hiện ra thật đẹp mắt lạ kỳ, khiến ai nấy đều sinh tâm vui mừng tán thán, cúi đầu đảnh lễ Bồ Tát Nguyệt Thượng.

Nguyệt Thượng dẫn mọi người đến tinh xá Kỳ Hoàn, thấy đức Thế Tôn đang ngồi tĩnh tọa. Họ trang nghiêm thành kính đến trước Như Lai đảnh lễ rồi đi nhiễu ba vòng, sau đó mang lễ vật dâng lên cung kính cúng dường. Lạ thay, những lễ vật ấy bỗng biến thành lọng vàng che cho Thế Tôn và cả Thánh chúng đệ tử, cảnh tượng thật trang nghiêm, thanh tịnh.

Lúc này, đóa sen có hóa thân Phật trên tay Nguyệt Thượng bỗng bay đến chỗ Thế Tôn, nhiễu quanh ba vòng, cả tam thiên đại thiên thế giới đều chấn động, mỗi lỗ chân lông trên thân Phật lại hiện ra vô số hoa sen có hóa thân Phật, mỗi mỗi đều rất đẹp đẽ uy nghi cùng biến hiện đến các quốc độ, thần lực thuyết pháp của chư Phật vang ra đến khắp các cõi.

NGUYỆT THƯỢNG PHÁT NGUYỆN VÌ CHÚNG SINH NÓI PHÁP

Nguyệt Thượng thấy đức Thế Tôn dùng thần thông biến hóa ra vô số diệu dụng như vậy, trong lòng vui mừng khôn tả. Cô phát lời đại nguyện:

- Vào thời vị lai nếu có chúng sinh nào cang cường cố chấp, con sẽ vì họ mà nguyện đem nhân duyên lành này ra nói cho họ nghe, khiến họ trừ bỏ mọi tật xấu mà được an lạc, yên vui.

Nương theo thần lực của Phật, bỗng nhiên trên hai tay của Nguyệt Thượng lại hiện ra hai hoa sen nữa, cũng giống như lần trước. Hoa sen lại biến thành tràng hoa tươi đẹp, cô dâng lên cúng dường đức Phật và lại phát đại nguyện như trên. Và rồi hoa lại hiện ra như vậy nữa... cứ như thế cho đến lần thứ mười.

Lúc này, đức Thế Tôn lộ vẻ hoan hỷ ít thấy. Tôn giả A-nan không biết nguyên do gì mà Thế Tôn vui như vậy nên thưa hỏi. Đức Thế Tôn mỉm cười đáp:

- Này A-nan! Trong quá khứ, cô Nguyệt Thượng này đã từng gặp qua ba trăm vị Phật, đều hết lòng cung kính đảnh lễ. Cô từng gặp Phật *Ca-diếp* và phát tâm cúng dường rộng lớn. Cô lại có nhân duyên cúng dường y phục cho Phật *Câu-lưu-tôn*, cho nên đời này có được thân thể màu vàng ánh. Và do sự cúng dường hương hoa cho đức Phật *Thích-ca* mà đời này mỗi khi nói ra, miệng tỏa mùi hương thơm ngát. Rồi cũng nhờ trước đây trong suốt 7 ngày thành kính chiêm ngưỡng đức Phật *Thi-khí* mà đời này có được đôi mắt màu xanh ngọc bích. Nhờ tất cả nhân duyên tốt đó, nên trải qua tám vạn *a-tăng-kỳ* kiếp nữa cô sẽ thành Phật hiệu là Nguyệt Thượng Như Lai. Trong đời này, cô sẽ theo Như Lai xuất gia, hộ trì Chánh pháp.

Nguyệt Thượng được Như Lai thọ ký hết sức vui mừng, liền bay thẳng lên hư không, chuyển thân nữ thành thân nam. Trong giây lát trở về đứng trước Thế Tôn đảnh lễ, đầu chưa chạm đất thì đã có vô số chư Phật hiện ra đứng trước mặt đồng thanh thọ ký rằng trong những kiếp về sau Nguyệt Thượng sẽ chứng được đạo quả.

Đức Thế Tôn nhận cho Nguyệt Thượng xuất gia và cùng lúc ấy có một ngàn hai trăm người đều xin xuất gia, phát tâm cầu Vô thượng Chánh đẳng Chánh giác.

Thành tâm cúng dường và vì chúng sinh phát lời đại nguyện, công đức ấy không thể nghĩ bàn. Chư Phật khi thọ ký cho những người có tâm nguyện lớn lao như vậy thì không kể gì là nam hay nữ. Một khi phát tâm Bồ-đề rộng lớn thì không còn phân biệt nam nữ hay giai cấp, đều được Phật thọ ký như nhau không khác.

Là người Phật tử, chúng ta cần phải hiểu thật rõ thật sâu điều này để không uổng phí một đời người mà phúc duyên ban đầu là đã gặp được Chánh pháp.

THIẾU NỮ BÀ-LA-MÔN HỎI PHÁP ĐẠI THỪA

Trong kinh *Hữu Đức Nữ Sở Vấn Đại Thừa* (有德女所問大乘經) có nói về một thiếu nữ tên Hữu Đức gặp Phật hỏi đạo, được đức Thế Tôn thuyết pháp cho nghe và về sau được Phật thọ ký.

Chuyện kể:

Hữu Đức là con gái của một gia đình *bà-la-môn* ở thành *Ba-la-nại*. Một hôm, đức Phật và Bồ Tát *A-dật-đa* (tức Bồ Tát Di-lặc) vào thành khất thực, đi ngang nhà Hữu Đức. Hữu Đức từ xa trông thấy đức Thế Tôn với nét từ bi thanh tịnh cùng dáng vẻ uy nghi khiến cô sinh lòng tín kính. Cô liền đến trước Phật và Bồ Tát *A-dật-đa* đảnh lễ, rồi cung thỉnh Phật cho cô được nghe một thời thuyết pháp. Cô thưa thỉnh như sau:

- Kính bạch đức Thế Tôn! Con nghe nói Thế Tôn đã từng ở vườn Lộc Uyển nơi thành *Ba-la-nại* chuyển pháp luân độ cho anh em ông *Kiều-trần-như*, vậy không biết Thế Tôn đã thuyết pháp gì cho các vị ấy, con có thể nghe được không?

Đức Thế Tôn mỉm cười rồi nói:

- Này Hữu Đức! Con hỏi điều này thật hay, Như Lai sẽ vì con mà nói. Lần đầu chuyển pháp Như Lai thuyết về mười hai nhân duyên. Tức vô minh duyên hành, hành duyên thức v.v... cho đến duyên sinh rồi già, chết, lo âu, khổ não. Trong đó, nếu như trừ được vô minh, thì hành, thức... cũng theo đó mà dứt, tức không còn già chết, sầu bi, khổ não nữa.

VÔ MINH KHÔNG CÓ TRONG, KHÔNG CÓ NGOÀI

Hữu Đức lại hỏi:

- Kính bạch đức Thế Tôn! Vô minh mà ngài nói đó, có ở bên trong hay có ở bên ngoài?

Đức Thế Tôn dạy:

- Trong không có, ngoài cũng không có.

Hữu Đức hỏi:

- Kính bạch đức Thế Tôn! Đã không có bên trong, cũng không có bên ngoài, như vậy làm sao lại có vô minh duyên hành? Bạch Thế Tôn! Hay là có pháp từ đời khác truyền đến đời này chăng?

Đức Thế Tôn đáp:

- Không có.

Hữu Đức lại hỏi:

- Như vậy tướng của vô minh, hành... là thật hay sao?

Đức Thế Tôn dạy:

- Không phải vậy. Tự tính của vô minh là từ chỗ phân biệt hư vọng mà sinh ra, không phải sinh ra từ sự chân thật, mà là từ sự điên đảo, không phải sự sinh khởi đúng theo chân lý.

Hữu Đức lại hỏi:

- Bạch đức Thế Tôn! Nếu như thế tức là không có vô minh, vậy làm sao có các hành sinh khởi trong chốn sinh tử, nhận chịu các quả báo khổ? Ví như cái cây nếu không có gốc rễ ắt không thể có cành lá, hoa quả... Vì cái vô minh mà ngài nói đó không có tự tánh, nên sự sinh khởi của các hành... nhất định không thể có được.

Đức Thế Tôn dạy:

- Này cô Hữu Đức! Tất cả các pháp rốt lại đều là không. Những kẻ phàm phu ngu muội si mê điên đảo không nghe được nghĩa không đó; ví như có nghe cũng không có trí tuệ rõ biết. Do đó mà tạo ra tất cả các loại nghiệp. Khi nghiệp đã tạo rồi ắt phải phát sinh các cảnh giới hiện hữu, rồi [chúng sinh] ở trong các cảnh giới đó mà thọ nhận mọi sự khổ não. Xét theo Đệ nhất nghĩa đế [hay chân lý rốt ráo] thì không hề có các nghiệp, cũng không có các cảnh giới do nghiệp sinh khởi và tất cả các sự khổ não.

Này cô Hữu Đức! Như Lai tùy thuận thế gian mà nói rộng các pháp khác nhau đều là vì muốn cho chúng sinh nhận hiểu rõ được chân lý rốt ráo.

Này cô Hữu Đức! Cái gọi là chân lý rốt ráo đó, cũng là tùy thuận thế gian mà gọi tên thế thôi. Vì sao vậy? Vì trong nghĩa chân thật thì *năng giác*, *sở giác* (người nhận biết và đối tượng nhận biết) đều không thể tìm thấy.

Này cô Hữu Đức! Ví như chư Phật [dùng thần thông] biến hóa ra một người, rồi người được biến hóa ra đó lại biến hóa ra đủ mọi loại sự vật. Người được biến hóa ra đó là hư dối, không thật; mà những sự vật do người ấy biến hóa ra cũng đều là không thật. Cũng giống như vậy, các nghiệp [chúng sinh tạo ra] đều là hư dối không thật, các cảnh giới do nghiệp sinh ra cũng đều không thật.

Sau khi Hữu Đức nghe Thế Tôn chỉ dạy, cô liền thưa rằng:

- Bạch đức Thế Tôn! Theo như chỗ con hiểu về những lời Phật đã dạy, thì Chánh pháp mà hiện nay đức Thế Tôn tuyên thuyết đó là pháp về hư không, pháp về tính *không*, pháp về xuất ly, pháp thông đạt, pháp không thể nghĩ bàn, pháp [ngoài chư Phật thì] không ai có thể tuyên thuyết, pháp không gì sánh được, pháp chân thật như như, pháp không sinh [diệt], pháp không tự tính, pháp không hình tướng. Bạch Thế Tôn! Những pháp như vậy đức Thế Tôn đều đã tuyên thuyết.

Hữu Đức nói như vậy rồi dùng hai tay vốc bột hương chiên đàn mang đến thoa lên chân Thế Tôn mà phát nguyện rằng:

- Bạch Đức Thế Tôn! Nhờ nơi công đức lành này, nguyện trong đời vị lai con sẽ có thể tuyên thuyết được tất cả các pháp giống như Thế Tôn.

THẾ TÔN PHÓNG HÀO QUANG VÀ THỌ KÝ

Đức Thế Tôn hoan hỷ mỉm cười, rồi từ kim khẩu của Ngài phóng ra các luồng hào quang có đủ các màu sắc, chiếu sáng đến vô số thế giới trong mười phương. Mỗi mỗi thế giới đều sáng tỏ, rồi trở về chỗ Phật, xoay tròn bên phải ba vòng, sau đó nhập vào đỉnh đầu của Thế Tôn.

Lúc ấy, Bồ Tát *A-dật-đa* thưa hỏi:

- Bạch Thế Tôn! Không biết nhân duyên gì mà Thế Tôn lại cười? Theo chỗ con hiểu thì chắc chắn không thể không có nhân duyên.

Đức Thế Tôn đáp:

- Này *A-dật-đa*! Ông có nhìn thấy thiếu nữ bà-la-môn này dùng tay vốc bột hương chiên đàn rắc lên chân Như Lai hay không?

Bồ Tát *A-dật-đa* thưa:

– Bạch Thế Tôn, con có thấy.

Đức Phật dạy:

– Cô gái này nhờ vào căn lành đã gieo hôm nay nên trong tám mươi bốn ngàn ức kiếp về sau sẽ không rơi vào ác đạo, lại được ở chỗ của sáu mươi bốn ngàn vị Phật mà dùng tâm trân trọng cúng dường mọi thứ, được nghe Chánh pháp rồi gìn giữ, thọ trì trong suốt thời gian chư Phật ấy tại thế cũng như sau khi chư Phật ấy nhập Niết-bàn, giữ gìn tiếp nối không hề gián đoạn, lại giáo hóa cho vô lượng a-tăng-kỳ chúng sinh đều hướng về quả Vô thượng Bồ-đề. Sau đó sẽ thành Phật vào kiếp tên Quang Diệu ở cõi tam thiên đại thiên thế giới ấy, hiệu là Pháp Quang Diệu Như Lai. Đức Phật ấy trụ thế trọn một kiếp, giáo hóa vô lượng a-tăng-kỳ chúng sinh, tất cả đều chứng quả Niết-bàn.

PHÁT TÂM CÚNG DƯỜNG ĐƯỢC NHIỀU PHƯỚC LÀNH

Bồ Tát *A-dật-đa* lại thưa hỏi:

- Bạch Đức Thế Tôn! Thiếu nữ *bà-la-môn* Hữu Đức này đã từng gieo trồng những thiện căn gì?

Đức Phật dạy:

- Vào thời quá khứ, khi đức Phật *Tỳ-bà-thi* còn tại thế, cô Hữu Đức này cũng mang thân nữ, vì muốn cầu quả vị Vô thượng Bồ-đề nên lấy xâu chuỗi ngọc đang đeo trên người dâng lên cúng dường đức Phật *Tỳ-bà-thi*. Vào thời Phật *Thi-khí* ra đời, cô đến chỗ Phật thưa hỏi các ý nghĩa thâm sâu vi diệu, rồi dùng các loại vải vóc, y phục tốt đẹp dâng lên cúng dường. Rồi cô xuất gia học đạo, tu hành trong Chánh pháp của đức Phật ấy, nghiêm giữ Phạm hạnh thanh tịnh trải qua ngàn năm. Đến khi đức Phật Tỳ-xá-phù ra đời, cô lại chuẩn bị đủ các món ăn ngon quý, thượng hảo, dâng lên cúng dường Phật và thánh chúng Thanh văn trong suốt nửa tháng, khiến cho mỗi vị đều tùy ý thọ dụng không ai thiếu thốn. Khi đức

Phật Câu-lưu-tôn xuất thế, cô lại dùng loại hoa thơm *a-đề-mục-đa-ca* rải lên thân Phật để cúng dường, liền được truyền thọ Ngũ giới, theo đó thọ trì nghiêm cẩn không hề khuyết phạm. Đến thời đức Phật Câu-na-hàm Mâu-ni, cô phát nguyện dùng đủ mọi món ăn thức uống, y phục, chỗ ngồi nằm, thuốc men cũng như mọi thứ cần dùng khác thường xuyên cúng dường lên đức Phật suốt đời. Đương thời đức Phật ấy đã thọ nhận các món ăn thức uống cùng vật dụng nhu yếu do cô cúng dường trong suốt hai tháng. Khi đức Phật Ca-diếp ra đời, cô lại dùng hoa bằng vàng cúng dường lên đức Phật. Tất cả những việc làm như thế, cô đều hồi hướng để cầu được quả vị Chánh đẳng Chánh giác. Cô Hữu Đức này đã từng phát nguyện rằng: "Nguyện cho con nhờ vào công đức cúng dường này sẽ nhanh chóng được thọ ký thành Phật. Nếu chưa được thọ ký thành Phật, con nguyện không xả bỏ thân nữ."

Đức Phật lại bảo Bồ Tát A-dật-đa:

- Này A Dật Đa! Thiếu nữ bà-la-môn Hữu Đức này đã gieo trồng những thiện căn ở các đời quá khứ như vậy đó. Nay cô thọ thân nữ này đã là thân nữ cuối cùng rồi.

Thông thường một người nữ hay có những ước muốn về nhan sắc, tiền bạc, danh vị hay hạnh phúc an nhàn, nhưng thiếu nữ Hữu Đức lại không có những ước muốn tầm thường như thế. Cô chỉ cầu được mau chóng thành Phật, nên qua nhiều kiếp đều gieo trồng các thiện căn và chỉ mong thỉnh cầu Thế Tôn chỉ dạy cho pháp Đại thừa. Cuối cùng ước muốn của cô cũng thành tựu, cô được đức Phật thọ ký sau này sẽ thành Phật. Tấm gương cầu đạo của cô thật đáng noi theo.

MỤC LỤC

Lời thưa

Trong kinh Pháp Cú, đức Phật dạy rằng: "Pháp thí thắng mọi thí." Thực hành Pháp thí là chia sẻ, truyền rộng lời Phật dạy đến với mọi người. Mỗi người Phật tử đều có thể tùy theo khả năng để thực hành Pháp thí bằng những cách thức như sau:

1. Cố gắng học hiểu và thực hành những lời Phật dạy. Tự mình học hiểu càng sâu rộng thì việc chia sẻ, bố thí Pháp càng có hiệu quả lớn lao hơn. Nên nhớ rằng **việc đọc sách còn quan trọng hơn cả việc mua sách**.

2. Phải trân quý kinh điển, sách vở in ấn lời Phật dạy. Khi có điều kiện thì mua, thỉnh về nhà để tự mình và người trong gia đình đều có điều kiện học hỏi làm theo. Không nên giữ làm của riêng mà phải sẵn lòng chia sẻ, truyền rộng, khuyến khích nhiều người khác cùng đọc và học theo. Không nên để kinh sách nằm yên đóng bụi trên kệ sách, vì **kinh sách không có người đọc thì không thể mang lại lợi ích**.

3. Tùy theo khả năng mà đóng góp tài vật, công sức để hỗ trợ cho những người làm công việc biên soạn, dịch thuật, in ấn, lưu hành kinh sách, **để ngày càng có thêm nhiều kinh sách quý được in ấn, lưu hành**.

Thông thường, việc chi tiêu một số tiền nhỏ không thể mang lại lợi ích lớn, nhưng nếu sử dụng vào việc giúp lưu hành kinh sách thì lợi ích sẽ lớn lao không thể suy lường. Đó là vì đã giúp cho nhiều người có thể hiểu và làm theo lời Phật dạy. Mong sao quý Phật tử khắp nơi đều lưu tâm đóng góp sức mình vào những việc như trên.

- Mua thỉnh kinh sách về đọc, tự mình sẽ được rất nhiều lợi ích.

- Chia sẻ, truyền rộng bằng cách cho mượn, biếu tặng kinh sách đến nhiều người thì lợi ích ấy càng tăng thêm gấp nhiều lần.

- Đóng góp công sức, tài vật để hỗ trợ công việc biên soạn, dịch thuật, giảng giải, in ấn, lưu hành kinh sách thì công đức lớn lao không thể suy lường, vì có vô số người sẽ được lợi ích từ việc lưu hành kinh sách.

www.ingramcontent.com/pod-product-compliance
Ingram Content Group UK Ltd.
Pitfield, Milton Keynes, MK11 3LW, UK
UKHW020140250726
13967UKWH00002B/763

9 781090 747037